ഫോക്‌ലോർ വായനകൾ

ഡോ. അഭിന മേരി സാജു

തൊടുപുഴ ന്യൂമാൻ കോളേജിലെ മലയാളവിഭാഗം അസിസ്റ്റന്റ് പ്രൊഫസർ. എം.അച്യുതന്റെ സാഹിത്യവിമർശനപദ്ധതി എന്ന വിഷയത്തിൽ എം.ജി. യൂണിവേഴ്സിറ്റിയിൽ നിന്നും പി.എച്ച്.ഡി. നേടി. ആയവന കൊല്ലായിൽ അമ്മിണി-സാജു ദമ്പതികളുടെ മകൾ.

ഭർത്താവ്: ജോബിൻ അലക്സ് ജോസഫ്
മകൾ: നീഹാര ജെയിം ജോബിൻ
വിലാസം:
പൊരുന്നക്കോട്ട്, കോലാനി പി.ഒ.
നടുക്കണ്ടം, തൊടുപുഴ, ഇടുക്കി
ഇമെയിൽ: afinamary@gmail.com

ഫോക്‌ലോർ വായനകൾ

പഠനങ്ങൾ

എഡിറ്റർ:
ഡോ. അഭിന മേരി സാജു

FEMINGO BOOKS
2023

വില: 250 രൂപ

Folklore Vaayanakal
Editor: Dr Afina Mary Saju

Malayalam Studies

Published by:-
FEMINGO BOOKS
femingobooks@gmail.com
Ph: 90740 98776, 8301034604

Cover Design:
Maxlab

Printed in India
at Max

Edition:
First Editon August 2023

Price: Rs. 250

ISBN: 978-93-91085-95-7

പ്രസാധകക്കുറിപ്പ്

നാടോടിജീവിതം ഒരു നാടിന്റെ സാംസ്ക്കാരിക മുഖം അനാവരണം ചെയ്യുന്ന ഏറ്റവും പ്രധാന മേഖലയാണ്. അവയുടെ പഠനം ആ ദേശത്തിന്റെ ചരിത്രത്തെ പുതുതലമുറയ്ക്കു പരിചയപ്പെടുത്തുന്ന ഒന്നാണ്. ഈ സാഹചര്യത്തിൽ ഫോക്‌ലോർ വായനകൾ എന്ന പുസ്തകത്തിനു പ്രാധാന്യമേറുന്നു. പതിനാറു ഗവേഷകർ, നാടോടി ജീവിതത്തിന്റെ വിവിധ മേഖലകളിൽ നടത്തിയ പഠനങ്ങളെ എഡിറ്റ് ചെയ്ത് ഏകോപിപ്പിച്ചിരിക്കുന്നത് ഡോ. അഭിന മേരി സാജുവാണ്. ഫോക്‌ലോർ മേഖലയിലെ ഒരു സമഗ്രവായന ഈ ഗ്രന്ഥം സമ്മാനിക്കുമെന്ന് നിസ്സംശയം പറയാം.

സ്നേഹത്തോടെ
ദുർഗ മനോജ്
ഫെമിൻഗോ ബുക്സ്

വിഷയസൂചിക

ആമുഖം

ജനസാമാന്യത്തെക്കുറിച്ചുള്ള അറിവുകളാണ് ഫോക്‌ലോർ. വിശാലവും വൈവിദ്ധ്യം നിറഞ്ഞതുമായ പഠനപരിസരങ്ങളാണ് ഫോക് ലോർ പഠനങ്ങളെ പ്രസക്തമാക്കുന്നത്. ആദ്യകാലത്ത് ഗ്രാമീണപരിസരങ്ങളിൽ മാത്രം ഒതുങ്ങിനിന്നിരുന്ന ഫോക്‌ലോർ പഠനങ്ങൾ ഇന്ന് ആ പരിധികൾക്ക് അപ്പുറം കടന്ന് പ്രായോഗിക തലങ്ങളിൽ എത്തി നിൽക്കുന്നു. ഫോക്‌ലോറിന്റെ വിശാലമായ പഠന മേഖലകളോട് നീതി പുലർത്താൻ ശ്രമിച്ചിട്ടുള്ള ഗ്രന്ഥമാണ് ഇത്. ഈ ഗ്രന്ഥത്തിലെ പഠനങ്ങൾ വിവിധ മേഖലകളിലെ ഫോക് പഠനങ്ങളെ പ്രതിനിധാനം ചെയ്യുന്നു. നാടോടികലാരൂപങ്ങളുടെയും ആചാരങ്ങളുടെയും പഠനങ്ങളും നാടോടിക്കഥകളെയും പഴഞ്ചൊല്ലുകളെയും കലാരൂപങ്ങളെയും പറ്റിയുള്ള പുനർവായനകളും ഈ ഗ്രന്ഥത്തിൽ ഉൾപ്പെടുത്തിയിരിക്കുന്നു. സിനിമ, കഥ, കവിത തുടങ്ങിയ സർഗ്ഗമേഖലകളിൽ ഫോക് ഘടകങ്ങൾ എങ്ങനെ പ്രതിനിധാനം ചെയ്യപ്പെടുന്നുവെന്നും ആവിഷ്കരിക്കപ്പെടുന്നുവെന്നും ഈ ഗ്രന്ഥത്തിൽ അന്വേഷിക്കുന്നു. ഈ ഗ്രന്ഥം ഫോക് ലോർ പഠനത്തിന്റെ പ്രയോഗമേഖലകളെ കണ്ടെത്തുന്നതിനുള്ള ഒരു വഴിവിളക്കാകുമെന്നതിൽ സംശയമില്ല.

2023 മാർച്ച് 28, 29 തീയതികളിൽ തൊടുപുഴ ന്യൂമാൻ കോളേജ് മലയാളവിഭാഗം ഫോക്‌ലോർ അക്കാദമിയുടെ സഹകരണത്തോടെ നടത്തിയ ദേശീയസെമിനാറിന്റെ ഉള്ളടക്ക വിവരണമാണിത്. നാടോടി വിജ്ഞാനീയത്തിന്റെ സൗന്ദര്യശാസ്ത്രം എന്ന വിഷയത്തിൽ നടന്ന സെമിനാറിൽ കേരളത്തിലെ വിവിധ കോളേജുകളിൽ നിന്നുള്ള അദ്ധ്യാപകരും വിദ്യാർത്ഥികളും പേപ്പറുകളവതരിപ്പിച്ചു. ഫോക്‌ലോറിന്റെ വിവിധ വശങ്ങളും സാധ്യതകളും ചർച്ച ചെയ്ത ഈ സെമിനാർ അവതരിപ്പിക്കപ്പെട്ട പേപ്പറുകളുടെ വിഷയ വൈവിദ്ധ്യംകൊണ്ടും പഠനരീതികൊണ്ടും ശ്രദ്ധേയമായി.

ഫോക്‌ലോർ വായനകൾ

ഫോക്‌ലോറിനെ വിശാലമായ സമീപനത്തോടെയാണ് ഈ സെമിനാറിൽ അവലോകനം ചെയ്തത്. ഈ ഉള്ളടക്ക വിവരണം ഫോക്‌ലോറിന്റെ പ്രയോഗ സാധ്യതയുടെ മികച്ച ദൃഷ്ടാന്തമാണ്.

ഈ പുസ്തകത്തിന്റെ പ്രസിദ്ധീകരണത്തിന് സഹായിച്ച നിരവധി വ്യക്തികളുണ്ട്. എന്റെ ഗുരുവും വഴികാട്ടിയുമായ പാലാ സെൻറ്. തോമസ് കോളേജ് മലയാളവിഭാഗം അദ്ധ്യാപകനും നിരൂപകനുമായ ഡോ.തോമസ് സ്കറിയയുടെ സഹായം നന്ദിയോടെ അനുസ്മരിക്കുന്നു. തൊടുപുഴ ന്യൂമാൻ കോളേജിലെ അധികാരികൾ, മലയാളവിഭാഗത്തിലെ അദ്ധ്യാപകർ, വിദ്യാർത്ഥികൾ എല്ലാവരും ഈ ഗ്രന്ഥത്തിന്റെ രൂപീകരണത്തിന് സഹായിച്ചു. ഈടുറ്റ ലേഖനങ്ങളിലൂടെ ഈ ഗ്രന്ഥത്തെ സമ്പന്നമാക്കിയ എല്ലാ ലേഖനകർത്താക്കളെയും നന്ദിയോടെ ഓർക്കുന്നു.

ഡോ. അഭിന മേരി സാജു
27/07/2023

1

സദ്യപ്പെരുമ: ചില ഭക്ഷണവിചാരങ്ങൾ

ഡോ. വന്ദന ബി.

'അർദ്ധപൂരയേദന്നം
തദർദ്ധം വാരിണാതഥാ'

ആരോഗ്യമാണ് മനുഷ്യന്റെ എക്കാലത്തേയും സമ്പത്ത്. Health is wealth എന്നൊരു ചൊല്ല് തന്നെയുണ്ടല്ലോ. അദ്ധ്വാനിച്ച് ഉൽപ്പാദിപ്പിക്കുന്ന പച്ചക്കറികളും ഫലങ്ങളുമെല്ലാം ഭക്ഷണത്തിൽ ഓരോ കാലത്തും സ്ഥാനം പിടിച്ചിരുന്നു. ഓരോരോ ഋതുക്കളിലും സമൃദ്ധിയായി ഉണ്ടാകുന്ന ഫലമൂലാദികൾ, ഇലക്കറികൾ എന്നിവ അതതുകാലത്തെ ഭക്ഷണത്തിൽ ഉൾപ്പെടുത്തുക പതിവാണ്. രുചി, ഗന്ധം, പോഷകഗുണം, നിറങ്ങളുടെ വൈവിദ്ധ്യം എന്നിവയിലൂടെ കേരളീയവിഭവങ്ങളുടെ മനോഹരമായ ഒരു സമ്മേളനമാണ് സദ്യ. നാം പലപ്പോഴായി കഴിക്കുന്ന സ്വാദിഷ്ഠമായ വിഭവങ്ങൾ ഒരു ദിവസം ഒന്നായി ഒരുക്കികഴിക്കുന്നു എന്നതാണ് സദ്യയുടെ സവിശേഷത. സഗ്ധീദ: എന്ന സംസ്കൃതശബ്ദത്തിൽ നിന്നാണ് സദ്യ എന്ന മലയാളപദം ഉണ്ടാകുന്നത്. ബന്ധുക്കളോടും സുഹൃത്തുക്കളോടും ഒപ്പമുള്ള ഭക്ഷണം എന്നാണ് വാക്കിന്റെ അർത്ഥം.

ഓണം, വിഷു ഉത്സവങ്ങൾ, വിവാഹം, പിറന്നാൾ, നാമകരണം, ശ്രാദ്ധം തുടങ്ങി ഏതെങ്കിലും വിശേഷാവസരവുമായി ബന്ധപ്പെട്ടാണ് സാധാരണയായി സദ്യ ഉണ്ടാവുക. ഇത് സസ്യാഹാരങ്ങൾ മാത്രം അടങ്ങുന്നതായിരിക്കും. 28 കൂട്ടം വിഭവങ്ങൾ ചേരുന്ന സമൃദ്ധമായ കേരളീയ സദ്യയാണ് വിവാഹാദിവിശേഷാവസരങ്ങളിൽ പതിവായി ഉണ്ടായിരുന്നത്. വിളമ്പുന്നതിനും ഉണ്ണുന്നതിനും നിയതമായ ക്രമവും ചിട്ടകളും ഉണ്ട്. നിലത്ത് ചമ്രം പടിഞ്ഞിരുന്ന് വാഴയിലയിലാണ് പാരമ്പരാഗതമായി സദ്യയുണ്ണുന്ന രീതി. ഇക്കാ

ലത്ത് മേശമേൽ ഇലയിട്ട് വിളമ്പാറുമുണ്ട്. രുചി എന്നത് നിർണ്ണയിക്കപ്പെടുകയും നിർമ്മിക്കപ്പെടുകയും ചെയ്യുന്ന സത്തയായാണ് ബോർദ്യു നിർവ്വചിക്കുന്നത്. രുചി ഒരു സാമൂഹിക അടയാളമായി മാറുന്നതിനെക്കുറിച്ച് അദ്ദേഹം ഉപന്യസിക്കുന്നു.

(Bourdie, P 1984: 97)1

മനുഷ്യന് മാത്രം സ്വന്തമായ ഒന്നാണ് പാചകം. ജൈവചോദനയായ ഭക്ഷണത്തെ സ്വന്തം രുചിക്കനുസരണമായി സാധ്യമാക്കിയെടുക്കുന്ന പ്രവർത്തനമാണത്. ലഭ്യമായ വിഭവങ്ങളുപയോഗിച്ച് സ്വീകാര്യമായ ജീവിതശൈലിക്കനുസരണമായാണ് ഒരു സമൂഹം പാചകം ചെയ്യുക. ആധുനികപൂർവ്വസമൂഹത്തിൽ പാചകം തികച്ചും ഭൗതികമായ പ്രവൃത്തിയായിരുന്നെങ്കിൽ ഇന്നത് ഭൗതികതയെ അതിവർത്തിക്കുന്ന ആവിഷ്കാരത്തിന്റെ പ്രകാശനം കൂടിയാണ്. സദ്യാ വിഭവങ്ങൾ സാധാരണയായി ചോറ്, കറികൾ, പായസം, പഴം, മോര്, തൈര്, പപ്പടം, ഉപ്പേരി തുടങ്ങിയവയും മറ്റുമാണ്. വിവിധയിനം കറികൾ ഉള്ളതിനാൽ ഊണുകഴിക്കുന്നവരുടെ വൈവിദ്ധ്യമാർന്ന ഇഷ്ടാനിഷ്ടങ്ങളുമായി ചേർന്നുപോകുന്നു എന്നത് സദ്യയുടെ പ്രത്യേകതയാണ്.

കേരളത്തിലെ തനതു സംസ്കാരത്തിന്റെ ഭാഗമാണ് സദ്യ. ചതുർവിധ വിഭവങ്ങളോടുകൂടിയ സദ്യ എന്നൊരു ശൈലിതന്നെ മലയാളത്തിലുണ്ട്. നാലുവിധത്തിൽ കഴിക്കപ്പെടുന്ന ഭോജനമാണ് ചതുർവിധഭോജനം. അതായത് ചവച്ച്, മോന്തി, തൊട്ടുനക്കി വലിച്ച് കഴിക്കുന്ന രീതികളാണ് ചതുർവിധംകൊണ്ട് വിവക്ഷിക്കപ്പെടുന്നത്. ഖരപദാർത്ഥങ്ങൾ നന്നായി ചവച്ചും പാനീയങ്ങൾ മോന്തിയും കഴിക്കുന്നവയാണ്. എന്നാൽ ഇഞ്ചിക്കറി, നാരങ്ങാക്കറി, മറ്റ് അച്ചാറുകൾ എന്നിവ നക്കിയാണ് കഴിക്കാറുള്ളത്. പായസം, പാലടപ്രഥമൻ തുടങ്ങിയവ ഇലയിൽ പരക്കെ വിളമ്പി വിരലുകൾ ചുറ്റിക്കോരിയെടുത്ത് വലിച്ചുകുടിക്കുകയാണ് ചെയ്യാറുള്ളത്. ഈ ചതുർവിധഭോജനം ഷഡ് രസഭോജനം കൂടിയായിരിക്കും. അതായത് മധുരം, കയ്പ്, ചവർപ്പ്, പുളി, ഉപ്പ്, എരിവ് എന്നീ ഷഡ്രസങ്ങൾ. കേരളീയരുടെ സാധാരണ സദ്യപോലും ചതുർവിധഭോജനത്തിൽ ഉൾപ്പെടും. ഒരു സമ്പൂർണ്ണസദ്യയാവട്ടെ ചതുർവിധവും ഷഡ് രസവും ചേർന്നതായിരിക്കുകയും ചെയ്യും.

തിരുവനന്തപുരം ജില്ലയിലെ സദ്യ പതിനഞ്ച് കൂട്ടം കറികൾ ഉള്ളതാണ്. ഇത് ആയ് രാജ്യത്തിന്റെ സംഭാവനയാണ് എന്ന് നാട്ടാചാരങ്ങൾകൊണ്ട് ഊഹിക്കപ്പെടുന്നു. പഴയ ആയ് രാജ്യം

തിരുനെൽവേലിവരെ വ്യാപിച്ചു കിടന്നിരുന്നതിനാൽ സദ്യയിൽ തമിഴ്നാടിന്റെ സ്വാധീനം ഉണ്ട്. ഈ ജില്ലയിൽ തൊടുകറികൾ ഒരിക്കൽ മാത്രവും മറ്റുകറികൾ ആവശ്യാനുസരണവും വിളമ്പുന്നു. എന്നാൽ കേരളത്തിന്റെ മറ്റ് സ്ഥലങ്ങളിൽ തൊടുകറികളും ആവശ്യാനുസരണം വിളമ്പാറുണ്ട്. ആറു രസങ്ങളും ചേർന്ന സദ്യയെക്കുറിച്ച് ആയുർവേദത്തിലും പരാമർശിക്കപ്പെടുന്നുണ്ട്. ദിവസം ഒരു നേരം സദ്യയാവാം എന്ന് സിദ്ധവൈദ്യത്തിലും പറയുന്നു. ഉള്ളിയോ വെളുത്തുള്ളിയോ പരമ്പരാഗതമായി കറികളായി സദ്യയിൽ ഉപയോഗിക്കാറില്ല. എന്നാൽ പണ്ട് സദ്യയിൽ പതിവില്ലായിരുന്ന കാരറ്റ്, കൈതച്ചക്ക, പയർ ഇവകൊണ്ടുള്ള വിഭവങ്ങളും ഇന്ന് സദ്യയിൽ വിളമ്പുന്നുണ്ട്. തെക്കൻ കേരളത്തിൽ സദ്യ പൊതുവേ വെജിറ്റേറിയൻ ആണ്. എന്നാൽ വടക്കൻ കേരളത്തിൽ മലബാർഭാഗങ്ങളിൽ മത്സ്യമാംസവിഭവങ്ങളും സദ്യയുടെ ഭാഗം ആണ്.

മലയാളികളുടെ സസ്യഭക്ഷണങ്ങളുടെ വൈപുല്യവും വൈവിധ്യവും വിളിച്ചറിയിക്കുന്നതാണ് പാരമ്പര്യരീതിയിൽ ഒരുക്കുന്ന സദ്യ. കാണം വിറ്റും ഓണം ഉണ്ണണം എന്നതാണ് ഓണസദ്യയെക്കുറിച്ചുള്ള പഴമൊഴി. സ്വത്ത് വിറ്റിട്ടായാലും ഓണസദ്യവെക്കണമെന്ന ഈ പഴമൊഴി ഓണദിവസത്തെ സദ്യ ഒഴിച്ചുനിർത്താനാവാത്ത ആചാരം കൂടിയാണെന്ന കാര്യം വ്യക്തമാക്കുന്നു. ഓണമെന്നാൽ സദ്യയൂണ് കൂടിയാണെന്ന് അർത്ഥം. ഓണസദ്യയാകട്ടെ സവിശേഷമായ സദ്യവട്ടങ്ങൾകൊണ്ട് സമ്പന്നവുമാണ്. ഓണസദ്യ ഒരുക്കി കഴിഞ്ഞാൽ ആദ്യം കന്നിമൂലയിൽ നിലവിളക്ക് കൊളുത്തിവച്ച് ചന്ദനത്തിരി കത്തിച്ച് തൂശനിലയിൽ ഗണപതിയ്ക്കും മഹാബലിയ്ക്കുമായി വിളമ്പി നൽകണം. സദ്യയിൽ ആദ്യം നെയ്യ് ചേർത്ത് കഴിക്കുന്ന പരിപ്പ്, ചെറുപയർകൊണ്ടോ തുവരപരിപ്പ് കൊണ്ടോ ആണ് കറിവയ്ക്കുക. സദ്യയുടെ അവിഭാജ്യഘടകമായ സാമ്പാർ വിവിധ ഇടങ്ങളിൽ പലരീതിയിലാണ് വെയ്പ്. സദ്യയുടെ ഏറ്റവും പ്രധാന വിഭവങ്ങളിൽ ഒന്നാണ് അവിയൽ.

'അധികമെന്തിനു ചോറിനു കൂട്ടുവാൻ
അവിയലൊന്നു ശരിക്കു ചമയ്ക്കുകിൽ' - എന്നൊരു ചൊല്ലുതന്നെയുണ്ട്. ഭക്ഷണച്ചൊല്ലുകളെല്ലാം രുചിയുടെയും ഓർമ്മയുടേയും യുദ്ധങ്ങളാണ്. രുചികൊണ്ട് മറവിയെ പ്രതിരോധിക്കുകയോ ഓർമ്മകൊണ്ട് രുചിയെ തിരികെകൊണ്ടുവരികയോ ആണ് ഭക്ഷണച്ചൊല്ലുകൾ ചെയ്യുന്നത്. (ഗണേഷ്, സി.ഡോ. 2023:78) നാം കഴി

ക്കുന്ന ഭക്ഷണം നമ്മുടെ ബുദ്ധിയേയും മനസ്സിനേയും സ്വാധീനിക്കുന്നുവെന്ന അറിവാണ് The belly rules the mind എന്ന സ്പാനിഷ് പഴമൊഴി പങ്കുവെയ്ക്കുന്നത്.

രസകരമായ സദ്യവർണ്ണനകൾ നമ്പ്യാരുടെ പല തുള്ളലുകളിലും കണ്ടെത്താനാവും. രുഗ്മിണീ സ്വയംവരം തുള്ളലിലെ സദ്യവട്ടം ഇങ്ങനെയാണ്.

കുറിയരിവെച്ചു വെളുത്തൊരുചോറും
കറികളുമാശു വിളമ്പി നിരന്നു
നറുനെയ് ശർക്കര നേന്ത്രപ്പഴവും
ചെറുപപ്പടമൊരു പത്തിരുനൂറും
ആനച്ചുവടൻ പപ്പടമൊരുവര
തേനും നല്ലൊരു പഞ്ചാരപ്പൊടി
പാനകമൊരുവര നാരങ്ങാക്കറി
മാങ്ങാപ്പച്ചടി ഇഞ്ചിപ്പച്ചടി
ചേനവറുത്തും പയറുവറുത്തും
ചക്കപ്രഥമനടപ്രഥമൻ വിധ-
മൊക്കെപ്പറവാൻ നേരം പോരാ.
(ഭാസ്കരൻ നായർ, ചേപ്പാട് 2011:46)

ഉണ്ടറിയണം ഓണം എന്നാണ് ചൊല്ല്. വിഭവങ്ങൾ നന്നായിട്ട് കാര്യമില്ല. മികച്ച രീതിയിൽ വിളമ്പിക്കൊടുക്കുക കൂടി വേണമെന്ന് പഴമക്കാർ പറയും. ഉണ്ണാനിരിക്കുന്നവർക്ക് ഓരോ വിഭവവും യഥാസമയം എത്തിച്ചുകൊടുക്കുന്നതാണ് സദ്യയുടെ ചിട്ടവട്ടങ്ങളിൽ പ്രധാനം. ഉണ്ണാൻ മാത്രമല്ല വിളമ്പാനും പഠിക്കണമെന്ന് പറയുന്നതിന്റെ കാര്യമതാണ്. സത്വരജോഗുണങ്ങൾ ഉള്ള കറികൾ സമ്മിശ്രമായും മധുരം അതിന് ഇടകലർന്നും വിളമ്പിയാലേ ശാസ്ത്രീയമായി സദ്യ കേമമാകുകയുള്ളൂവെന്നാണ് പറച്ചിൽ. നന്നായി പാചകം ചെയ്ത് കഴിഞ്ഞാൽ ചാതുര്യത്തോടെ അത് നന്നായി വിളമ്പിക്കൊടുക്കുന്നതാണ് സദ്യയുടെ വിജയം. 'ഓണമുണ്ടവയറേ ചൂളോംപാടിക്കെട' എന്നാണ് പഴഞ്ചൊല്ല്. നമ്മുടെ വേദങ്ങളിലും പുരാണങ്ങളിലുമെല്ലാം ആരോഗ്യപൂർണ്ണമായ ഒരു ജീവിതത്തിന് എന്തെല്ലാം ചെയ്യണമെന്ന് വ്യക്തമായ മാർഗ്ഗനിർദ്ദേശങ്ങൾ അവിടവിടെയായി നൽകിയിട്ടുണ്ട്. ആരോഗ്യജീവിതത്തിന് വേണ്ട അറിവുകൾ പലതും പാരമ്പര്യമായി നാം സ്വായത്തമാക്കിയിരുന്നു. എന്നാൽ സൗകര്യംകൊണ്ടും ദുരഭിമാനംകൊണ്ടും അജ്ഞതകൊണ്ടും നാം ഈ അറിവുകളെയെല്ലാം വിസ്മൃതിയിലാക്കി

(വെങ്കിടകൃഷ്ണൻ പോറ്റി. എൻ, 2012:14)

സാധാരണയായി ഉച്ചസമയത്താണ് സദ്യയുണ്ണുക. സദ്യയ്ക്കുള്ള തയ്യാറെടുപ്പുകൾ തലേദിവസം രാത്രിയിൽ തുടങ്ങുന്നു. ദേഹണ്ഡക്കാർ രാത്രി മുഴുവനും അദ്ധ്വാനിച്ചാണ് സദ്യതയ്യാറാക്കുക. രാവിലെ പത്തുമണിക്ക് മുൻപേ വിഭവങ്ങൾ തയ്യാറായിരിക്കും. ഇന്ന് ആളുകൾക്ക് നിലത്ത് ഇരുന്ന് ഉണ്ണുവാനുള്ള ബുദ്ധിമുട്ടും സ്ഥലപരിമിതിയും പരിഗണിച്ച് മേശപ്പുറത്ത് ഇലവിരിച്ചാണ് സദ്യ വിളമ്പുക. പണ്ട് അയൽപക്കത്തുള്ളവരുടെ സഹായത്തോടെ വീടുകളിൽ തന്നെയാണ് സദ്യ തയ്യാറാക്കിയിരുന്നത്. രാത്രി മുഴുവൻ വീട്ടുകാരും അയൽക്കാരും തേങ്ങ തിരുവാനും പച്ചക്കറികൾ അരിയാനും പാചകം ചെയ്യാനും കൂടിയിരുന്നു. സദ്യവിളമ്പുന്നതും വീട്ടുകാരും അയൽക്കാരും കൂടിയായിരുന്നു. ഇന്ന് കാലത്തിന്റെ മാറ്റത്തിനൊപ്പം സദ്യ ഒരുക്കുവാൻ ദേഹണ്ഡക്കാരെ വിളിക്കാറാണ് പതിവ്. കേമമായ സദ്യയ്ക്ക് നാലുകറി (കാളൻ, ഓലൻ, എരിശ്ശേരി, പുളിശ്ശേരി) നാല് ഉപ്പിലിട്ടത് (ഇഞ്ചിത്തൈര്, പുളിയിഞ്ചി, മാങ്ങ, നാരങ്ങ) നാല് വറവ് (കായ, ചേന, മുളക്, ശർക്കരവരട്ടി) നാലു ഉപദംശം (അവിയൽ, കൂട്ടുകറി, തോരൻ, പച്ചടി) പ്രഥമൻ ഒക്കെ ഉണ്ടാവും.

ചേനയും കായയും കുമ്പളങ്ങയുമൊക്കെ ചേരുന്ന കൂട്ടുകറി മദ്ധ്യകേരളത്തിലും വടക്കൻകേരളത്തിലും നിർബന്ധമാണ് സദ്യയിൽ. ചേനയും, കായയും തന്നെ എരിശ്ശേരിയിലെയും ചേരുവ. വെള്ളരിക്ക, കുമ്പളങ്ങ, വെണ്ടയ്ക്ക എന്നിവയിലൊന്നുകൊണ്ട് ഉണ്ടാക്കുന്ന കിച്ചടി ഏറെ പ്രചാരമുള്ളതാണ്. പൈനാപ്പിൾ, മാമ്പഴം, മത്തങ്ങകൊണ്ടുള്ള പച്ചടി സദ്യയിലെ മധുരമുള്ള കറിയാണ്. കാബേജ്, ബീൻസ്, പയർ, ചേന, പച്ചക്കായ എന്നിവയിലേതെങ്കിലും തോരന് ഉപയോഗിക്കും. കായമെഴുക്കുപുരട്ടിയും ചിലയിടങ്ങളിൽ സാധാരണമാണ്. തൈരുകൊണ്ടുള്ള വിഭവങ്ങളിൽ കാളനാണ് ഏറെ പ്രിയം. കുറുക്കുകാളൻ കൈയ്യിലൊഴിച്ചാൽ വെളിയിൽ പോകരുതെന്നാണ് പ്രമാണം. കാളന്റെ പുളിരസം ഓലൻ കുറയ്ക്കുമെന്നാണ്. വൻപയർ ചേർത്ത് മത്തങ്ങയോ കുമ്പളങ്ങയോ ഉപയോഗിച്ച് തേങ്ങാപ്പാലിലാണ് ഓലൻ ഉണ്ടാക്കുക.

പായസത്തിൽ അടപ്രഥമൻ തന്നെ പ്രധാനം. പണ്ട് തേങ്ങാപ്പാലാണ് ചേരുവയെങ്കിൽ ഇന്ന് പാലിലാണ് പ്രഥമൻ കൂടുതലും ഉണ്ടാക്കുക. പാലടയോ പാൽപ്പായസമോ രണ്ടാം പായസമാകും. സേമിയയും പരിപ്പ് പ്രഥമനും സ്ഥിരം വിഭവങ്ങളിലൊന്നാണ്. തെ

ക്കൻ കേരളത്തിൽ അടയിൽ പഴംചേർത്ത് കഴിക്കുന്നതും പാലട, പാൽപ്പായസം, സേമിയ എന്നീ പായസങ്ങളിൽ ബോളി ചേർത്ത് കഴിക്കുന്നതും പതിവാണ്. പഴയതെക്കുംകൂർ ഭാഗങ്ങളിൽ സദ്യയ്ക്ക് എരിശ്ശേരി പതിവല്ല. കട്ടി കുറഞ്ഞ കാളനാണ് പുളിശ്ശേരിയേക്കാൾ ഇവിടെ പ്രിയം.

ആരോഗ്യം പരിപാലിക്കണമെങ്കിൽ മനസ്സ് നന്നാക്കിവയ്ക്കണമെന്ന് ആയുർവേദം പറയുന്നു. അഷ്ടാംഗഹൃദയം രസായനാധികാരത്തിലും പറയുന്നതിങ്ങനെയാണ്. (ഭാസ്കരൻ നായർ, ചേപ്പാട്. 2010: 24)2. സദ്യയ്ക്ക് ഇല ഇടുന്നതിന് അതിന്റേതായ രീതിയുണ്ട്. നാക്കിലയുടെ തലഭാഗം ഉണ്ണുന്ന ആളിന്റെ ഇടതുവശത്തായിരിക്കണം. സദ്യയിൽ ഓരോ കറിക്കും ഇലയിൽ അതിന്റേതായ സ്ഥാനമുണ്ട്. കറികളെ തൊട്ടുകൂട്ടുന്ന കറികളായിട്ടും കൂട്ടുകറികളായിട്ടും ചാറുകറികളായിട്ടും തിരിച്ചിട്ടുണ്ട്. കായനുറുക്ക്, ശർക്കരവരട്ടി, ചേനനുറുക്ക്, കൊണ്ടാട്ടം എന്നിവയാണ് ആദ്യം വിളമ്പുക. ഇവ നാക്കിലയുടെ ഇടത് ഭാഗത്താണ് വിളമ്പുക. പിന്നെ തൊട്ടുകൂട്ടൽ കറികളായ അച്ചാർ, ഇഞ്ചിപുളി എപ്പോഴും ഇലയുടെ ഇടത്തേ മൂലയിൽ വിളമ്പുന്നു. ഇവ തൊട്ട് കൂട്ടൽ ഇനമായതിനാലാണ് അവിടെ വിളമ്പുന്നത്. ഇനി മദ്ധ്യഭാഗത്തുനിന്നും വലത്തുഭാഗത്തേക്ക് കൂട്ടുകറികൾ എല്ലാം വിളമ്പുന്നു. ചാറുകറികൾ ചോറിൽ ഒഴിക്കുന്നു. പഴം ഇടത്തുവശത്ത് ഇലയുടെ താഴെയായി വെയ്ക്കുന്നു. സദ്യയ്ക്ക് പപ്പടം ഒഴിച്ചുകൂടാനാവാത്തതാണ്. വലിയപപ്പടവും ചെറിയ പപ്പടവും ഉണ്ടായാലേ സദ്യ കേമമാവൂ.

സദ്യ ഉണ്ണുന്നവിധവും പ്രധാനമാണ്. ആദ്യം പരിപ്പും നെയ്യും ചേർത്ത് ചോറുണ്ണുന്നു. പിന്നീട് പുളിശ്ശേരി ചേർത്ത് ഒരു വട്ടംകൂടി ഉണ്ണുന്നു. അടപ്രഥമൻ പഴവും പപ്പടവും ചേർത്ത് ആണ് കഴിക്കുക. ഒടുവിൽ തൈര്, രസം ചേർത്ത് ഊണു കഴിക്കുന്നു. പ്രദേശങ്ങൾ മാറുന്നതനുസരിച്ച് ഇതിൽ വ്യത്യാസങ്ങൾ വരാറുണ്ട്. സദ്യ കഴിഞ്ഞ് ഇലമടക്കുന്നതിനും അതിന്റേതായ രീതിയുണ്ട്. ഊണ് ഇഷ്ടപ്പെട്ടാൽ ഇല മുകളിൽനിന്ന് താഴോട്ട് മടക്കുന്ന രീതിയുമുണ്ട്. സദ്യയ്ക്കുശേഷം ചുണ്ണാമ്പു ചേർത്ത് അടയ്ക്ക മുറിക്കുന്നു. വിളമ്പുന്നത് ഇടുത്തുനിന്ന് വലത്തോട്ടാണെങ്കിലും കഴിച്ചുതുടങ്ങുന്നത് വലത്തുനിന്ന് ഇടത്തോട്ട് എന്നതാണ് ശ്രദ്ധേയം. വിവാഹസദ്യയിലും മറ്റും അവസാനം നാരങ്ങ നൽകുന്ന പതിവുണ്ടായിരുന്നു. ഈ നാരങ്ങ, വീട്ടിൽ എത്തിയശേഷം പിഴിഞ്ഞ് ഉപ്പ് ചേർത്ത് കഴിക്കുന്നത് ദഹനശക്തി വർദ്ധിപ്പിക്കാൻ ഉപകരിക്കും.

രുചിയുടെ പെരുമകൊണ്ടും പങ്കെടുക്കുന്ന ഭക്തരൂടെ ബാഹുല്യംകൊണ്ടും ഒരു പക്ഷേ ലോകത്തിൽതന്നെ ഒന്നാം സ്ഥാനത്ത് നിലകൊള്ളുന്ന ഭക്ഷണമാമാങ്കമാണ് ആറൻമുള ക്ഷേത്രത്തിലെ വള്ളസദ്യ. ക്ഷേത്രവുമായി ബന്ധപ്പെട്ട് കിടക്കുന്ന നൂറ്റാണ്ടുകളായുള്ള ആചാരത്തിന്റെയും ആഘോഷത്തിന്റെയും ഭാഗമാണ് ആറന്മുള വള്ളസദ്യ. തിരുവോണത്തോണിക്ക് അകമ്പടിയായെത്തുന്ന പള്ളിയോടക്കാർക്കായി വഴിപാടെന്ന രീതിയിലാണ് ഓരോ ദിനവും വള്ളസദ്യ നടത്തുന്നത്. മധ്യതിരുവിതാംകൂറിന്റെ രുചിയുടെ ഉത്സവം കൂടിയാണത്. വഴിപാട് സമർപ്പിച്ചാൽ പള്ളിയോടക്കരയിൽ നിന്നും അനുവാദം വാങ്ങിയാണ് സദ്യയ്ക്ക് ഒരുക്കങ്ങൾ തുടങ്ങുക. തുഴക്കാർ വള്ളപ്പാട്ടിലൂടെ ആയിരിക്കും സദ്യയുടെ വിഭവങ്ങൾ വിളമ്പാൻ ആവശ്യപ്പെടുക. (ഭാസ്കരൻനായർ, ചേപ്പാട്, 2011:122) 3. ചോദിക്കുന്ന വിഭവങ്ങളെല്ലാം ഇല്ലായെന്ന് പറയാതെ വിളമ്പണം എന്നാണ് ചടങ്ങ്. 63 ഇനം കറികൾ ഉൾപ്പെടുന്ന വിഭവസമൃദ്ധമായ സദ്യയാണ് ആറൻമുള വള്ളസദ്യയിൽ വിളമ്പുക. വള്ളസദ്യ വിളമ്പുന്നതിനും ഉണ്ണുന്നതിനും ക്രമവും ചിട്ടകളുമുണ്ട്.

സർവ്വജീവി സമഭാവനയുടെ മറ്റൊരു ഉദാഹരണമാണ് കൊല്ലത്ത് ശാസ്താം കോട്ട ക്ഷേത്രത്തിലെ വാനരസദ്യ. ഉത്രാടം മുതൽ വിഭവസമൃദ്ധമായ സദ്യയാണ് ഇവിടെ വാനരൻമാർക്ക് നല്കുക. സാധാരണ ദിവസങ്ങളിലുള്ള പതിവ് ഭക്ഷണത്തിന് പകരമാണ് ഓണത്തിലെ സദ്യ.

സ്വാദിഷ്ഠമായ ഭക്ഷണത്തിന് എന്നും പ്രാധാന്യമുണ്ട്. സ്വാദുള്ള ഭക്ഷണം തയ്യാറാക്കുന്നതിനു പിന്നിലെ കലാപരമായ അദ്ധ്വാനം, ഭക്ഷണത്തിലെ ശാസ്ത്രീയത, വിളമ്പുന്നതിലെ കാര്യക്ഷമത, കഴിക്കുന്നതിലെ ചിട്ട തുടങ്ങിയവയെല്ലാം സദ്യയുമായി ബന്ധപ്പെട്ടിരിക്കുന്നു. സദ്യയുടെ പാചകം ഒരാൾക്ക് ഒറ്റയ്ക്ക് നിർവ്വഹിക്കാനാവില്ല. അത് ഒരു കൂട്ടായ്മയുടെ വിജയം കൂടിയാണ്. നമ്മുടെ ഭക്ഷണത്തോടൊപ്പമുള്ള വിഭവങ്ങൾ ഓരോന്നും വൈവിദ്ധ്യമാർന്ന നിർമ്മാണ ചാതുരിയും സാങ്കേതിക വൈദഗ്ദ്ധ്യവും സൗന്ദര്യബോധവും പ്രകടമാക്കുന്ന ഓരോ കണ്ടെത്തലുകൾതന്നെയാണ്. ഈ പഴയസാംസ്കാരിക പൈതൃകമാണ് ഇപ്പോൾ നമുക്ക് നഷ്ടപ്പെട്ടുകൊണ്ടിരിക്കുന്നത്. സദ്യയ്ക്ക് തയ്യാറാക്കുന്ന ഓരോ വിഭവവും സമീകൃതമാണ് എന്നതാണ് വസ്തുത. ഓരോ വിഭവത്തിനും പ്രത്യേകരീതിയുമുണ്ട്. വളരെ ശ്രദ്ധയോടുകൂടി പാചകം ചെയ്തില്ലെങ്കിൽ രുചിഭേദം സംഭവിക്കുകയും വിഭവത്തിന്റെ തനിമ

നഷ്ടമാവുകയും ചെയ്യും. തീയ് എരിയുന്നതിൽ, കറികൾക്കുള്ള കൂട്ട് ചേർക്കുന്നതിൽ, കഷണങ്ങൾ തയ്യാറാക്കുന്നതിൽ എല്ലാം ശ്രദ്ധവേണ്ടിയിരിക്കുന്നു.

യഥാർത്ഥത്തിൽ വായുപോലെ സ്വാഭാവികമായി സ്വീകരിക്കേണ്ട ഒന്നാണ് ഭക്ഷണവും. ഭൂമിയിലുണ്ടാകുന്ന സസ്യജാലങ്ങളിൽ നിന്നാണ് നമുക്കുവേണ്ട ഭക്ഷണം ഉണ്ടാകുന്നത്. എന്നാൽ ഭക്ഷണത്തിന്റെ കാര്യത്തിൽ മാത്രമാണ് നമുക്ക് ഏറ്റവുമധികം ആശയക്കുഴപ്പം നിലനിൽക്കുന്നത്. വേവിച്ചതും വേവിക്കാത്തതുമായി എണ്ണിയാലൊടുങ്ങാത്ത ഇനങ്ങളുള്ളതിൽ നിന്നും നമുക്ക് ഏതു ഭക്ഷണം സ്വീകരിക്കാം, ഏതു സ്വീകരിക്കേണ്ട എന്നു തീരുമാനിക്കാൻ സ്വാതന്ത്ര്യമുണ്ട്. ഇങ്ങനെ മലയാളിയുടെ ഭക്ഷണശീലത്തിന് ഒട്ടേറ സവിശേഷതകളുണ്ട്. നമ്മുടെ ഇന്ദ്രിയങ്ങളെ തുറന്നുവച്ചിരുന്നാൽ നമുക്ക് ഹിതകരവും ആരോഗ്യകരവുമായ ഭക്ഷണം ഏതെന്ന് അനായാസം മനസ്സിലാക്കാം. ഏതാണ് ആരോഗ്യംനൽകുന്ന ഭക്ഷണം, ഏതാണ് ആരോഗ്യം ക്ഷയിപ്പിക്കുന്ന ഭക്ഷണം എന്ന്. ഇപ്പോൾ ശീലിച്ചിരിക്കുന്ന ഭക്ഷണം നമുക്ക് എത്രമാത്രം ചൈതന്യവും ഊർജ്ജവും നൽകാൻ പര്യാപ്തമാണെന്നും അതിലൂടെ മനസ്സിലാക്കാം.

Food is that which nourishes the body -ശരീരത്തിന് വേണ്ട പോഷകങ്ങൾ തരുന്നത് ഏതാണോ അതാണ് ഭക്ഷണം.

കുറിപ്പുകൾ

1. Taste a class culture turned it no nature that is embodied, heeps to shope the class body. It is an incorporated principle of classification which governs all forms of incorporation. Choosing and modifying everything that the body ingests and digest and assimilates, physiologically. It follows that the body is the most indispatable materialization of class taste, which it manifests in several ways. (Bourdie1984 : 97)

2. സത്യവാദിനം അക്രോധം
അദ്ധ്യാത്മ പ്രവണേന്ദ്രിയം
ശാന്തം സദ്വൃത്തനിരതം
വിദ്യാത് നിത്യരസായനം
(ഭാസ്കരൻനായർ, ചേപ്പാട് 2011 : 24).

3. വിരിഞ്ഞൊരു അഞ്ചു പതിനഞ്ചും അഞ്ചും

കഴിഞ്ഞനാളിൽ കയറിപ്പറിച്ചു
അരിഞ്ഞുകൊണ്ടുവന്നു ഉപ്പുരസത്തിലിട്ട്
ചിരട്ടമാങ്ങയ്ക്ക് എതിരൊന്നുമില്ല - അമ്പഴങ്ങാ അച്ചാർ വേണ്ടവർ ഇങ്ങനെയാണ് പാടേണ്ടത്. അങ്ങനെ രസകരമായ ഒട്ടേറ നിമിഷങ്ങൾ നൽകുന്നതാണ് വള്ളസ്സദ്യയെന്നു പറയാം.
(ഭാസ്കരൻനായർ, ചേപ്പാട്, 2011:122).

സഹായകഗ്രന്ഥങ്ങൾ

1. അനിതാമോഹൻ, ഡോ. 2011 കുടുംബത്തിനൊരു ഡയറ്റ് പ്ലാൻ, മനോരമബുക്സ്, കോട്ടയം.

2. ഗണേഷ്, സി. ഡോ. 2019 കേരള ഭക്ഷണത്തിന്റെ സംസ്കാര ചരിത്രം നാഷണൽ ബുക്സ് സ്റ്റാൾ, കോട്ടയം.

3. ഗണേഷ്, സി. ഡോ. 2023 രുചിയും മനുഷ്യരും ആത്മബുക്സ്, കോഴിക്കോട്.

4. ഭാസ്കരൻ നായർ, ചേപ്പാട്, 2011 മലയാളി സദ്യയും ആരോഗ്യവും, നാഷണൽ ബുക്ക്സ്റ്റാൾ, കോട്ടയം.

5. വെങ്കിടകൃഷ്ണൻ പോറ്റി, എൻ. 2012 നല്ല ഭക്ഷണശീലങ്ങൾ, മലയാള മനോരമ, കോട്ടയം.

6. Bourdiu, p 1984 distinction: A social critique of the judgement of Taste Cambridge, MA: Harvard University Press.

൦൦

2

പഞ്ചതന്ത്രം കഥകളുടെ സാംസ്കാരികമാനം

ഡോ. സിസ്റ്റർ. ബിൻസി സി.ജെ.

ബി.സി മൂന്നാം നൂറ്റാണ്ടിൽ എഴുതപ്പെട്ടതെന്നു കരുതപ്പെടുന്ന പുരാതന ഇന്ത്യൻ കെട്ടുകഥകളുടെ ഒരു ശേഖരമാണ് പഞ്ചതന്ത്രം. ധാർമ്മിക പാഠങ്ങൾ പഠിപ്പിക്കാൻ ഉപയോഗിക്കുന്ന മൃഗങ്ങളുടെ കഥകൾ ഈ ശേഖരത്തിൽ അടങ്ങിയിരിക്കുന്നു, ഇത് ഇന്ത്യൻ സാഹിത്യത്തിലെ ഏറ്റവും പ്രധാനപ്പെട്ട കൃതികളിലൊന്നായി കണക്കാക്കപ്പെടുന്നു. ഈ കഥകൾ പല ഭാഷകളിലേക്കും വിവർത്തനം ചെയ്യപ്പെട്ട് നൂറ്റാണ്ടുകളായി പ്രചാരത്തിലുണ്ട്. കഥകൾക്ക് ഇന്ത്യൻ പുരാണങ്ങളിൽ വേരുകളുണ്ടെങ്കിലും, സാംസ്കാരികവും മതപരവുമായ അതിരുകൾക്കപ്പുറത്തുള്ള ശക്തമായ മാനവികസന്ദേശവും അവയിൽ അടങ്ങിയിരിക്കുന്നു. പഞ്ചതന്ത്രം കഥകളുടെ സാംസ്കാരിക മാനം അന്വേഷണവിധേയമാക്കേണ്ട വിഷയമാണ്.

പഞ്ചതന്ത്രത്തിന്റെ ഏറ്റവും ശ്രദ്ധേയമായ വശങ്ങളിലൊന്ന് അത് ഇന്ത്യൻ സാംസ്കാരിക മൂല്യങ്ങളെ പ്രതിഫലിപ്പിക്കുന്ന രീതിയാണ്. ദേവന്മാരും ദേവിമാരും ഉൾപ്പെടെയുള്ള ഹിന്ദു പുരാണങ്ങളെ പരാമർശിക്കുന്ന കഥകൾ നിറഞ്ഞിരിക്കുന്നു, മാത്രമല്ല കഥകൾ പലപ്പോഴും മാന്ത്രികലോകത്തിൽ സജ്ജീകരിച്ചിരിക്കുന്നു. കുടുംബത്തിന്റെ പ്രാധാന്യം, സാമൂഹിക ശ്രേണി, മുതിർന്നവരോടുള്ള ബഹുമാനം എന്നിവയും കഥകളിലുടനീളം ഊന്നിപ്പറയുന്നു.

ഇന്ത്യൻ സംസ്കാരത്തെ പ്രതിഫലിപ്പിക്കുന്നതിനൊപ്പം, പഞ്ചതന്ത്ര കഥകൾ ഇന്ത്യൻ സംസ്കാരത്തിലും ആഴത്തിലുള്ള സ്വാധീനം ചെലുത്തിയിട്ടുണ്ട്. കുട്ടികൾക്കും മുതിർന്നവർക്കും ഒരുപോലെ ധാർമിക പാഠങ്ങൾ പഠിപ്പിക്കാൻ ഈ കഥകൾ നൂറ്റാണ്ടുകളായി ഉപയോഗിച്ചുവരുന്നു. അവ നാടകങ്ങളിലേക്കും സിനിമകളിലേക്കും കോമിക് പുസ്തകങ്ങളിലേക്കും രൂപാന്തരപ്പെടുത്തുകയും

കഥാപാത്രങ്ങൾ ഇന്ത്യൻ നാടോടിക്കഥകളുടെ ഭാഗമായി മാറുകയും ചെയ്തു.

മനുഷ്യരും മൃഗങ്ങളും തമ്മിലുള്ള ബന്ധത്തെ അവതരിപ്പിക്കുന്ന രീതിയാണ് പഞ്ചതന്ത്രത്തിന്റെ പ്രധാന സാംസ്കാരിക മാനങ്ങളിൽ ഒന്ന്. കഥകളിലെ മൃഗങ്ങൾ നരവംശവൽക്കരിക്കപ്പെട്ടവയാണ്, അതായത് അവയ്ക്ക് മനുഷ്യ സ്വഭാവങ്ങളും പെരുമാറ്റങ്ങളും നൽകിയിരിക്കുന്നു. മൃഗങ്ങളുടെ പെരുമാറ്റത്തിന്റെ ലെൻസിലൂടെ മനുഷ്യന്റെ സ്വഭാവത്തെ പര്യവേക്ഷണം ചെയ്യാൻ ഇത് കഥകളെ അനുവദിക്കുന്നു.

കഥകളിലെ മൃഗങ്ങൾ നരവംശവൽക്കരിക്കപ്പെട്ടവയാണ്, അതിനർത്ഥം അവയ്ക്ക് മനുഷ്യ സ്വഭാവങ്ങളും പെരുമാറ്റങ്ങളും നൽകപ്പെടുന്നു എന്നാണ്. മൃഗങ്ങളുടെ പെരുമാറ്റത്തിന്റെ ലെൻസിലൂടെ മനുഷ്യന്റെ സ്വഭാവത്തെ വിലയിരുത്താൻ ഇത് കഥകളെ അനുവദിക്കുന്നു. മൃഗങ്ങളെ പലപ്പോഴും ജ്ഞാനികളും മിടുക്കരും തന്ത്രശാലികളും ആയി ചിത്രീകരിക്കുന്നു, കഠിനാധ്വാനം, സത്യസന്ധത, വിശ്വസ്തത എന്നിവയുടെ പ്രാധാന്യം പോലുള്ള ജീവിതത്തെക്കുറിച്ചുള്ള ധാർമ്മിക പാഠങ്ങൾ പഠിപ്പിക്കാൻ ഉപയോഗിക്കുന്നു. പഞ്ചതന്ത്ര കഥകൾ കാലഹരണപ്പെട്ടതാണെന്നും പരമ്പരാഗത ലിംഗപരമായ പരിവേഷങ്ങളെ ശക്തിപ്പെടുത്തുന്നുവെന്നും ചില വിമർശനങ്ങൾ ഉണ്ടായിട്ടുണ്ട്. ചില കഥകൾ സ്ത്രീകളെ ശക്ത്ഹീനരും നിഷ്ക്രിയവുമായി ചിത്രീകരിക്കുന്നു, അതേസമയം പുരുഷന്മാരെ പ്രബലരും ശക്തരുമായി ചിത്രീകരിക്കുന്നു. കൂടാതെ, ഇന്ത്യൻ സമൂഹത്തിൽ മൃഗങ്ങൾ പലപ്പോഴും പ്രത്യേക ജാതികളുമായി ബന്ധപ്പെട്ടിരിക്കുന്നതിനാൽ കഥകൾ ജാതി ശ്രേണിയെ പ്രോത്സാഹിപ്പിക്കുന്നതായി കാണാം. ഈ വിമർശനങ്ങൾക്കിടയിലും, പഞ്ചതന്ത്ര കഥകൾ ഇന്ത്യൻ സംസ്കാരത്തിൽ പ്രചാരത്തിലുണ്ട്, അവ നാടകങ്ങൾ, സിനിമകൾ, കോമിക് പുസ്തകങ്ങൾ എന്നിവയുൾപ്പെടെ പല രൂപങ്ങളിലേക്കും രൂപപ്പെടുത്തിയിട്ടുണ്ട്. കഥകളിലെ കഥാപാത്രങ്ങളും പ്രമേയങ്ങളും ഇന്ത്യൻ നാടോടിക്കഥകളുടെ ഭാഗമായിത്തീർന്നിരിക്കുന്നു, കുട്ടികൾക്കും മുതിർന്നവർക്കും ഒരുപോലെ ധാർമിക പാഠങ്ങൾ പഠിപ്പിക്കാൻ ഉപകരിക്കുന്നു.

പഞ്ചതന്ത്ര കഥകൾ പ്രോത്സാഹിപ്പിക്കുന്ന ചില മൂല്യങ്ങൾ:

1. ജ്ഞാനം: പഞ്ചതന്ത്ര കഥകൾ പ്രചരിപ്പിച്ച ഏറ്റവും പ്രധാനപ്പെട്ട മൂല്യങ്ങളിലൊന്നാണ് ജ്ഞാനം. ഈ കഥകളിലെ മൃഗങ്ങളെ

പലപ്പോഴും ജ്ഞാനികളും ബുദ്ധിമാനും ആയി ചിത്രീകരിക്കുന്നു, അവരുടെ പ്രവർത്തനങ്ങളും തീരുമാനങ്ങളും ജീവിതവിജയത്തി ലെത്താൻ ബുദ്ധി ഉപയോഗിക്കേണ്ടതിന്റെ പ്രാധാന്യത്തെക്കുറിച്ച് വായനക്കാരെ പഠിപ്പിക്കുന്നു.

2.സ്ഥിരത: പഞ്ചതന്ത്രത്തിലെ പല കഥകളിലും സ്ഥൈര്യവും നിശ്ചയദാർഢ്യവും കൊണ്ട് വലിയ പ്രതിബന്ധങ്ങളെ തരണം ചെയ്യുന്ന മൃഗങ്ങളെ അവതരിപ്പിക്കുന്നു. കഠിനാധ്വാനത്തിന്റെയും സ്ഥിരോത്സാഹത്തിന്റെയും ഫലമാണ് പലപ്പോഴും വിജയം എന്ന് ഈ കഥകൾ വായനക്കാരെ പഠിപ്പിക്കുന്നു.

3. സത്യസന്ധത: പഞ്ചതന്ത്ര കഥകളിൽ പ്രോത്സാഹിപ്പിക്കുന്ന മറ്റൊരു പ്രധാന മൂല്യമാണ് സത്യസന്ധത. മറ്റുള്ളവരോടു കള്ളം പറയുകയോ അവരെ വഞ്ചിക്കുകയോ ചെയ്യുന്ന കഥാപാത്രങ്ങൾ പലപ്പോഴും നെഗറ്റീവ് പ്രത്യാഘാതങ്ങൾ അഭിമുഖീകരിക്കുന്നു, അതേസമയം സത്യസന്ധരായവർക്ക് പ്രതിഫലം ലഭിക്കുകയും ചെയ്യുന്നു.

4. വിശ്വസ്തത: പല പഞ്ചതന്ത്ര കഥകളിലും ഊന്നിപ്പറയുന്ന മൂല്യമാണ് സുഹൃത്തുക്കളോടും കുടുംബാംഗങ്ങളോടും ഉള്ള വിശ്വസ്തത. മറ്റുള്ളവരോട് വിശ്വസ്തത പുലർത്തുന്ന കഥാപാത്രങ്ങൾ പലപ്പോഴും മറ്റുള്ളവരെ സഹായിക്കാൻ കഴിയുന്ന സാഹചര്യങ്ങൾ സ്വയം കണ്ടെത്തുന്നു.

5. ഉത്തരവാദിത്വം: പഞ്ചതന്ത്ര കഥകളിൽ പ്രോത്സാഹിപ്പിക്കുന്ന മറ്റൊരു പ്രധാന മൂല്യമാണ് ഉത്തരവാദിത്വം. തങ്ങളുടെ പ്രവൃത്തികളുടെയും തീരുമാനങ്ങളുടെയും ഉത്തരവാദിത്വം ഏറ്റെടുക്കുന്ന കഥാപാത്രങ്ങൾ പലപ്പോഴും കുറ്റം മറ്റുള്ളവരിലേക്ക് മാറ്റാൻ ശ്രമിക്കുന്നവരേക്കാൾ മികച്ചതായിരിക്കും.

6. മുതിർന്നവരോടുള്ള ബഹുമാനം: മുതിർന്നവരോടുള്ള ബഹുമാനം ഇന്ത്യൻ സംസ്കാരത്തിലെ ഒരു പ്രധാന മൂല്യമാണ്, പല പഞ്ചതന്ത്ര കഥകളിലും ഇത് പ്രോത്സാഹിപ്പിക്കപ്പെടുന്നു. മുതിർന്നവരെ അനാദരിക്കുകയോ അനുസരിക്കാതിരിക്കുകയോ ചെയ്യുന്ന കഥാപാത്രങ്ങൾ പലപ്പോഴും പ്രതികൂലമായ പ്രത്യാഘാതങ്ങൾ അഭിമുഖീകരിക്കുന്നു.

7. വിനയം: പഞ്ചതന്ത്ര കഥകളിൽ പ്രചരിപ്പിച്ച മറ്റൊരു പ്രധാന മൂല്യമാണ് വിനയം. എളിമയും വിനയവും ഉള്ള കഥാപാത്രങ്ങൾ പലപ്പോഴും അഹങ്കാരികളോ അഹങ്കാരികളോ ഉള്ളവരേക്കാൾ മികച്ചതാണ്.

8. സമത്വം: പഞ്ചതന്ത്ര കഥകൾ എല്ലാ ജീവജാലങ്ങളും, അവരുടെ സാമൂഹിക നിലയോ പശ്ചാത്തലമോ പരിഗണിക്കാതെ, അവരുടെ അടിസ്ഥാന മാനുഷിക അന്തസ്സിൽ തുല്യരാണെന്ന ആശയം പ്രോത്സാഹിപ്പിക്കുന്നു. വ്യത്യസ്ത പശ്ചാത്തലങ്ങളിൽ നിന്നും ജാതികളിൽ നിന്നുമുള്ള കഥാപാത്രങ്ങളെ പലപ്പോഴും തുല്യ മൂല്യമുള്ളവരായി ചിത്രീകരിക്കുകയും അവരുടെ ജ്ഞാനവും ധൈര്യവും മറ്റ് ഗുണങ്ങളും പ്രകടിപ്പിക്കാൻ അവസരങ്ങൾ നൽകുകയും ചെയ്യുന്നു.

9. അനുകമ്പ: പല പഞ്ചതന്ത്ര കഥകളും മറ്റുള്ളവരോടുള്ള അനുകമ്പയുടെയും സഹാനുഭൂതിയുടെയും പ്രാധാന്യം പഠിപ്പിക്കുന്നു. മറ്റുള്ളവരോട് ദയയും അനുകമ്പയും ഉള്ള കഥാപാത്രങ്ങൾക്ക് പലപ്പോഴും പ്രതിഫലം ലഭിക്കുന്നു, അതേസമയം സഹാനുഭൂതി ഇല്ലാത്തവർ നെഗറ്റീവ് പ്രത്യാഘാതങ്ങൾ അനുഭവിക്കുന്നതായി കാണിക്കുന്നു.

10. സഹിഷ്ണുത: പഞ്ചതന്ത്ര കഥകൾ പലപ്പോഴും വ്യത്യസ്ത പശ്ചാത്തലങ്ങളിൽ നിന്നും സംസ്കാരങ്ങളിൽ നിന്നുമുള്ള കഥാപാത്രങ്ങളെ അവതരിപ്പിക്കുന്നു, കൂടാതെ ആളുകൾ തങ്ങളിൽ നിന്ന് വ്യത്യസ്തരായവരോട് സഹിഷ്ണുതയും ബഹുമാനവും പുലർത്തണമെന്ന ആശയം പ്രോത്സാഹിപ്പിക്കുന്നു.

11. യുക്തിവാദം: തീരുമാനങ്ങൾ എടുക്കുന്നതിനും പ്രശ്നങ്ങൾ പരിഹരിക്കുന്നതിനും യുക്തിയും ബുദ്ധിയും ഉപയോഗിക്കേണ്ടതിന്റെ പ്രാധാന്യം പഞ്ചതന്ത്ര കഥകൾ ഊന്നിപ്പറയുന്നു. യുക്തിപരമായും ബുദ്ധിപരമായും ചിന്തിക്കാൻ കഴിവുള്ള കഥാപാത്രങ്ങൾ പലപ്പോഴും ആവേശത്തോടെയോ വൈകാരികമായോ പെരുമാറുന്നവരേക്കാൾ മികച്ചതായിരിക്കും.

12. അഹിംസ: പല പഞ്ചതന്ത്ര കഥകളും അഹിംസയുടെയും സമാധാനപരമായ സംഘർഷ പരിഹാരത്തിന്റെയും മൂല്യം പഠിപ്പിക്കുന്നു. തങ്ങളുടെ ലക്ഷ്യങ്ങൾ നേടിയെടുക്കാൻ അക്രമമോ ആക്രമണമോ ഉപയോഗിക്കുന്ന കഥാപാത്രങ്ങൾ പലപ്പോഴും പ്രതികൂല ഫലങ്ങൾ അനുഭവിക്കുന്നു, സമാധാനപരമായ മാർഗങ്ങൾ ഉപയോഗിക്കുന്നവർക്ക് പലപ്പോഴും പ്രതിഫലം ലഭിക്കും.

13. സഹകരണം: പഞ്ചതന്ത്ര കഥകൾ പലപ്പോഴും സഹകരണത്തിന്റെയും ടീം വർക്കിന്റെയും മൂല്യത്തെ പ്രോത്സാഹിപ്പിക്കുന്നു. ഒറ്റയ്ക്ക് ജോലി ചെയ്യുന്നവരേക്കാൾ ഒരുമിച്ച് പ്രവർത്തിക്കുകയും പരസ്പരം പിന്തുണയ്ക്കുകയും ചെയ്യുന്ന കഥാപാത്രങ്ങൾ പല

പ്പോഴും തങ്ങളുടെ ലക്ഷ്യങ്ങൾ കൂടുതൽ ഫലപ്രദമായി കൈവരിക്കുന്നു.

ധാർമ്മിക പഠിപ്പിക്കലുകൾക്കും ജീവിത പാഠങ്ങൾക്കും പേരു കേട്ട പുരാതന ഇന്ത്യൻ കെട്ടുകഥകളുടെ ഒരു ശേഖരമാണ് പഞ്ചതന്ത്ര കഥകൾ. പഞ്ചതന്ത്ര കഥകൾ തലമുറകളിലൂടെ കൈമാറ്റം ചെയ്യപ്പെട്ട സാംസ്കാരിക മൂല്യങ്ങളുടെ കലവറയാണ്. ഈ കഥകൾ പ്രധാനപ്പെട്ട ജീവിത പാഠങ്ങൾ പഠിപ്പിക്കുകയും ജ്ഞാനം, സ്ഥിരോത്സാഹം, സത്യസന്ധത, വിശ്വസ്തത, ഉത്തരവാദിത്വം, മുതിർന്നവരോടുള്ള ബഹുമാനം, വിനയം സമത്വം, അനുകമ്പ, സഹിഷ്ണുത, യുക്തിബോധം, അഹിംസ, സഹകരണം തുടങ്ങിയ മാനുഷിക മൂല്യങ്ങളെ പ്രോത്സാഹിപ്പിക്കുകയും ചെയ്യുന്നു. ഈ കഥകൾ വായിക്കുകയും പഠിക്കുകയും ചെയ്യുന്നതിലൂടെ, വായനക്കാർക്ക് ഇന്ത്യൻ സംസ്കാരത്തെയും മൂല്യങ്ങളെയും കുറിച്ചുള്ള ഉൾക്കാഴ്ച നേടാനും എങ്ങനെ സംതൃപ്തവും വിജയകരവുമായ ജീവിതം നയിക്കാമെന്ന് മനസിലാക്കാനും കഴിയും. എല്ലാ സംസ്കാരങ്ങളിലും പശ്ചാത്തലങ്ങളിലും ഉള്ള ആളുകൾക്ക് പ്രസക്തമായ പ്രതീക്ഷയുടെയും പ്രചോദനത്തിന്റെയും സന്ദേശം കഥകൾ വാഗ്ദാനം ചെയ്യുന്നു.മൃഗങ്ങളുടെ പെരുമാറ്റത്തിന്റെ ലെൻസിലൂടെ മനുഷ്യപ്രകൃതിയെ പര്യവേക്ഷണം ചെയ്യുന്നതിനുള്ള ഒരു മാർഗം വായനക്കാർക്ക് നൽകുന്നു. കഥകളിൽ കാലഹരണപ്പെട്ടതോ പ്രശ്നകരമായതോ ആയ ചില ഘടകങ്ങൾ ഉണ്ടാകാമെങ്കിലും, അവ ഇന്ത്യൻ സംസ്കാരത്തിന്റെയും സാഹിത്യത്തിന്റെയും പ്രിയപ്പെട്ട ഭാഗമായി തുടരുന്നു.

○○

3

വന്യ – അധികാര ബോധം ബാലകഥകളിൽ

ശ്രീക്കുട്ടി കെ.

കുട്ടികളുടെ മാനസികവും ഭൗതികവുമായ ഉന്നമനത്തിനും വ്യക്തിത്വവികാസത്തിനും വേണ്ടിയാണ് ബാലകഥകൾ പറഞ്ഞു കൊടുക്കുന്നത്. കുട്ടികൾക്കായുള്ള കഥകളിലെ പല ഘടകങ്ങളും അവരുടെ ജീവിതത്തിൽ ആഴത്തിൽ സ്വാധീനിക്കാറുണ്ട്. കുട്ടികൾക്കായി രൂപപ്പെടുത്തുന്ന നുറുങ്ങ് കഥകളിൽ വലിയ ആശയപ്രപഞ്ചം തന്നെയാണ് ഒരുക്കിയിരിക്കുന്നത്. ജീവിതത്തിലെ പലവിധ സന്ദർഭങ്ങളിൽ മനുഷ്യൻ രൂപപ്പെടുത്തുന്ന നൈതികമായ കാഴ്ചപ്പാടുകളെയാണ് ബാലകഥകളിലൂടെ നൽകുന്നത് എന്ന് പൊതുവേ കരുതിപ്പോരുന്നുണ്ട്. കുട്ടികൾക്കായുള്ള സാരോപദേശ കഥകളെ വിലയിരുമ്പോൾ നന്മ-തിന്മ, കറുപ്പ്- വെളുപ്പ്, സത്യസന്ധത - കൗശലം, നായകൻ- പ്രതിനായകൻ, ദൈവം- ഭൂതം, സുഖം-ദുഃഖം തുടങ്ങിയ ദ്വന്ദങ്ങളെ വളരെ ആഴത്തിൽത്തന്നെ പ്രതിഷ്ഠിച്ചിട്ടുണ്ട്. ഇതിനെ മുൻനിർത്തിക്കൊണ്ടാണ് ജീവിതത്തിലെ നൈതികതയെ കുട്ടി ചിട്ടപ്പെടുത്തുന്നത്. കുട്ടികൾക്കായുള്ള ഈസോപ്പ് കഥകൾ, നാടോടിക്കഥകൾ, ആഫ്രോ-ഏഷ്യൻ, റഷ്യൻനാടോടിക്കഥകൾ, പഞ്ചതന്ത്രം കഥകൾ ഇവയിലൂടെ നൽകുന്ന സാരോപദേശങ്ങൾ; അതിൽ നിന്നുണ്ടാകുന്ന പുത്തൻ ബോധ്യങ്ങൾ എന്നിവയെല്ലാം അധികാരം എന്ന ഒരൊറ്റ കേന്ദ്രത്തിൽ നിന്നും രൂപപ്പെട്ടു വരുന്നതായി കാണാം. അധികാരബോധത്തിൽ അധിഷ്ഠിതമായ (ശക്തിയിൽ അധിഷ്ഠിതമായ) നായക കഥാപാത്രങ്ങളെയും അവർ കൗശലം കൊണ്ട് നേടുന്ന നേട്ടങ്ങളെയും ഒക്കെയാണ് പല കഥകളും വിഷയീകരിക്കുന്നത്. കഥകളിൽ അന്തർലീനമായിരിക്കുന്ന അധികാരം ആകട്ടെ വംശത്തിലും നിറത്തിലും കായിക

ബലത്തിലും ജാതിയിലും അധിഷ്ഠിതവുമാണ്. ഈസോപ്പ്കഥകൾ, ആഫ്രോഏഷ്യ നാടോടിക്കഥകൾ, റഷ്യൻ നാടോടിക്കഥകൾ എന്നിവയിൽ ബഹുഭൂരിപക്ഷവും കഥാപാത്രങ്ങളായി എത്തുന്നത് മൃഗങ്ങളാണ്. കഥകളിൽ മൃഗങ്ങൾക്ക് മനുഷ്യന്റെ കർതൃത്വസ്ഥാനമാണ് കൽപ്പിച്ച് നൽകിയിരിക്കുന്നത്. മനുഷ്യനെപ്പോലെ ചിന്തിച്ചു പെരുമാറുന്ന മൃഗങ്ങളെ കഥകളിൽ സൃഷ്ടിച്ചപ്പോൾ അത് മനുഷ്യനിൽ തന്നെയുള്ള വന്യവാസനകളുടെ പ്രതിനിധാനമാണെന്ന് വൈകിയാണെങ്കിലും തിരിച്ചറിയേണ്ടതായുണ്ട്.

ബാലകഥകൾ പകർന്നു നൽകുന്ന പാഠങ്ങളിലൂടെയും കൂടിയാണ് കുട്ടി സമൂഹത്തെ മനസ്സിലാക്കിയെടുക്കുന്നത്. ഈ സാരോപദേശ കഥകൾ കുഞ്ഞുങ്ങളെ നന്മയിലേക്കും സൽഗുണങ്ങളിലേക്കും മാത്രം വഴി തിരിച്ചുവിടുന്നുവെന്ന് പൂർണമായി പറയാനാവില്ല. പകരം സമൂഹത്തിൽ നയപരമായി പെരുമാറാനും ചില ചാണക്യസൂത്രങ്ങളിലൂടെ ജീവിതവിജയം നേടാനുമുള്ള പ്രാക്ടീസ് നൽകൽ കൂടെയാണ് നൽകുന്നതെന്ന് പറയേണ്ടി വരും. അതായത് ബാലകഥകൾ സമൂഹത്തിലുള്ള അധികാരബന്ധങ്ങളിലേക്ക് ശിശുവിനെ തന്ത്രപരമായി എത്തിക്കുന്നു.

വംശബോധം ബാലകഥകളിൽ

ചില ഈസോപ്പ് കഥകളിൽ വംശബോധത്തെ സമൂഹത്തിൽ ഊട്ടിയുറപ്പിക്കാനുള്ള പ്രവണതകൾ കാണാം. 'നല്ലത് ഒന്നുമതി' എന്ന കഥയിൽ കാട്ടിലെ ജന്തുക്കൾ അവയ്ക്ക് ഉണ്ടാകുന്ന കുട്ടികളുടെ എണ്ണത്തിലാണ് അഭിമാനിക്കുന്നത്. എന്നാൽ സിംഹമാകട്ടെ ഒറ്റ പ്രസവത്തിൽ ഒരൊറ്റ കുട്ടിക്ക് മാത്രം ജന്മം നൽകുന്നു. എന്നാൽ കാട്ടിലെ രാജാവാകാൻ ഒറ്റ സിംഹം മാത്രം ധാരാളം എന്നു പറഞ്ഞാണ് പെൺസിംഹം മറ്റു മൃഗങ്ങൾക്കു മുൻപിൽ അഭിമാനിക്കുന്നത്. 'കഴുതയുടെ കണ്ഠശുദ്ധി' എന്ന കഥയിലാകട്ടെ പച്ചത്തുള്ളന്മാരെ പോലെ പാട്ടുപാടാൻ ശ്രമിച് അപഹാസ്യനാകുന്ന കഴുതയുടെ വിഡ്ഢിത്തത്തെയാണ് അവതരിപ്പിച്ചിരിക്കുന്നത്. 'ആടിനെ റാഞ്ചിയ കാക്ക'യിൽ ചെറിയ ആട്ടിൻകുട്ടിയെ പരുന്ത് റാഞ്ചി കൊണ്ട് പോകുന്നതു കണ്ട കാക്ക ആടിനെ റാഞ്ചാൻ ശ്രമിച്ച് അപകടത്തിൽ ആകുന്നതാണ് കഥ. 'സ്വയം യജമാനനായ കഴുത'യിൽ അടിമയായി ജീവിച്ചുമടുത്ത കഴുത സ്വതന്ത്രനാകാൻ ശ്രമിക്കുകയും വിധേയത്വ മനോഭാവത്തെ മാറ്റി സ്വയം അധികാരിയാകാൻ തീരുമാനിക്കുകയും ചെയ്യുന്നു. നിയമങ്ങൾക്ക് അതീതമായി സ്വാതന്ത്ര്യം പ്രഖ്യാപിച്ച കഴുതയ്ക്ക് സർവ്വനാശം വരുമെ

ന്ന ഗുണപാഠമാണ് ഈ കഥയിലൂടെ നൽകിയിരിക്കുന്നത്. കഥയിൽ സാരോപദേശങ്ങൾക്കൊപ്പം വംശബോധത്തെ സമാന്തരമായി അവതരിപ്പിച്ചിരിക്കുന്നു. നല്ല അന്തസ്സുള്ള ജനുസ്സിൽപ്പെട്ട (പൊതുബോധം നിർണയിച്ചിരിക്കുന്ന)ജീവികൾക്ക് ലഭിക്കുന്ന അധികാരവും വ്യക്തിത്വവും മറ്റ് ഇതര ജീവികൾക്ക് ലഭിക്കുന്നില്ല. ഒരു കാലത്ത് നമ്മുടെ സമൂഹത്തിൽ ഒരുവന്റെ ജാതിയെ നോക്കി വ്യക്തിത്വത്തെ നിർണയിച്ചിരുന്നതു പോലെ, നല്ല പിതാവിൽ ഉണ്ടായ പോലെ, നല്ല തറവാട്ടിൽ പിറന്ന പോലെ കഴുതയുടെ ജീവിതത്തെ പൊതുബോധമാണ് ഇവിടെ നിർണയിക്കുന്നത്. സമൂഹം സൃഷ്ടിച്ച വംശ മഹിമയെ മുൻനിർത്തിയാണ് ഇത് സാധ്യമാക്കുന്നത്. അതുകൊണ്ടാണ് നല്ലതൊന്നു മതി എന്ന കഥയിൽ എണ്ണം കൊണ്ടല്ലാതെ സിംഹത്തിന്റെ ജെനുസിൽ പിറന്നാൽ തന്നെ അഭിമാനത്തിനുള്ള വകയുണ്ട് എന്നു പറയുന്നത്. ആടിനെ റാഞ്ചുമ്പോൾ പരുന്തിന്റെ കഴിവായും ഇത് അനുകരിക്കാൻ ശ്രമിക്കുന്ന കാക്ക അപഹാസ്യൻ ആകുന്നതും ഈ ജാതിബോധത്താലാണ്. കാക്ക കുളിച്ചാൽ കൊക്കാകുമോ, ആന മെലിഞ്ഞാൽ തൊഴുത്തിൽ കെട്ടുമോ, ആന വാ പൊളിക്കുന്ന പോലെ അണ്ണാൻ വാ പൊളിക്കാമോ, തുടങ്ങിയ പഴഞ്ചൊല്ലുകളിൽ കാണുന്ന അതേ സാമൂഹികമായ അന്തരത്തെ തന്നെയാണ് (വംശബോധത്തെ) ബാല കഥകളിലൂടെയും കുത്തിവയ്ക്കുന്നത്.

നാടോടിക്കഥകളിലെ സ്ത്രീപ്രതിനിധാനം

ആഫ്രോ ഏഷ്യൻ നാടോടി കഥകളിലും ചില റഷ്യൻ നാടോടിക്കഥകളിലും സ്ത്രീസമൂഹത്തിൽ നിലകൊള്ളേണ്ട സ്ഥാനത്തെപ്പറ്റി ചില ധാരണകൾ പകർന്നുതരുന്നുണ്ട്. ടിബറ്റിലെ ഒരു നാടോടിക്കഥയാണ് 'പ്രഭുകുമാരിയെ കല്യാണംകഴിച്ച തവള'. ഒരിടത്ത് വൃദ്ധരായ കർഷക ദമ്പതിമാർക്ക് ഭൂമിദേവിയുടെ മകൻ ഒരു തവളയായി ജനിക്കുന്നു. വൃദ്ധയായ മാതാവിന്റെ ജോലിഭാരം കുറയ്ക്കുന്നതിനായി തവള കൗശലപൂർവ്വം ഒരു രാജാവിനെ സമീപിച്ച് സ്ത്രീധനം വാങ്ങി അയാളുടെ മൂന്നു പെൺമക്കളിൽ ഓരോരുത്തരെയായി വിവാഹം ചെയ്യുന്നു. തവളയിൽ അനുരക്തയായ മൂന്നാമത്തെ പെൺകുട്ടിയെയും സ്ത്രീധനത്തെയും സ്വന്തമാക്കി ബാക്കി രണ്ട് പെൺകുട്ടികളെ രാജാവിനു തന്നെ തവള തിരിച്ചേൽപ്പിക്കുന്നു. പതിവ്രതാരത്നമായ മൂന്നാമത്തെ പെൺകുട്ടി തന്റെ ഭർത്താവ് കേവലം ഒരു തവളയല്ലെന്നും ഭൂമിദേവിയുടെ മകനാണെന്നും തിരിച്ചറിയുന്നു. എന്നാൽ തവളയുടെ രഹസ്യം വെളി

പ്പെടുന്നതോടുകൂടെ തവള മരിച്ചുപോയി. ഭർത്താവിന്റെ മരണത്തിന് താൻ കാരണക്കാരിയായിയെന്ന് മനസ്സിലാക്കിയ പെൺകുട്ടി ഹൃദയംനൊന്ത് തേങ്ങി ഒരു കല്ലായി മാറുന്നിടത്ത് കഥ അവസാനിക്കുന്നു. വിയറ്റ്നാം നാടോടിക്കഥയായ ഒരു കാത്തിരിപ്പിൽ സഹോദരിയെ വിവാഹം ചെയ്യാൻ വിധിക്കപ്പെട്ട ഒരുവൻ മനസ്സില്ലാമനസ്സോടെ വിധിയെ തടുക്കാനായി തന്റെ പെങ്ങളെ വെട്ടിക്കൊല്ലാൻ ശ്രമിച്ച് നാടുവിട്ടു. എന്നാൽ വിധിവൈപരീത്യത്താൽ അറിയാതെ സഹോദരിയെ തന്നെ അയാൾക്ക് വിവാഹം ചെയ്യേണ്ടിവരുന്നു. കുറേക്കാലത്തിനു ശേഷം ആ സത്യം അറിയുന്നതോട് കൂടി നായകൻ സകലബന്ധങ്ങളും ഉപേക്ഷിച്ച് നാടുവിട്ടുപോയി. ഇതൊന്നും അറിയാതെ പ്രിയപ്പെട്ട ഭർത്താവിനെ കാത്തിരുന്ന പെൺകുട്ടി കരഞ്ഞുകരഞ്ഞ് ഒരു ശിലയായി ഉറച്ചു പോകുന്നു. ഇത്തരം കഥകളിൽ ഒരു സ്ത്രീക്ക് ഉണ്ടാകേണ്ട ഗുണങ്ങളൊക്കെ നിർണയിച്ചു നായികമാർക്ക് നൽകുന്നു. സദാ പുരുഷന് കീഴിൽ, ഒന്നിനെയും ചോദ്യം ചെയ്യാതെ പരാതികൾ ഉന്നയിക്കാത്തവരായും ഉദാരമതികൾ ആയും സ്ത്രീകളെ ഇത്തരം കഥകൾ വാർത്തെടുക്കുന്നുണ്ട്. ഉത്തമയായ സ്ത്രീകളെ ഐശ്വര്യദേവതകൾ ആക്കാനും സഹനത്തിന്റെ പ്രതീകമായി സ്ത്രീയെ കണക്കാക്കി പുരുഷന്റെ കീഴിൽ നിലനിർത്താനും ലോകത്തിലെ പല നാടോടിക്കഥകളും ശ്രമിച്ചിരുന്നു. നായിക പദവി ഇല്ലാത്ത മറ്റ് സ്ത്രീകഥാപാത്രങ്ങളാകട്ടെ പ്രത്യേകിച്ച് കൗശലക്കാരികളായ സ്ത്രീകളെ കറുത്ത നിറക്കാരിയായും കൂനിയായും മുടന്തിയായും പല വൈകൃതങ്ങളോടും കൂടിയാണ് പല കഥകളിലും അവതരിപ്പിച്ചിരിക്കുന്നത്. പുരുഷാധിപത്യ ബോധത്തിന്റെ ഉത്പന്നമായ ഉത്തമ സ്ത്രീ സങ്കല്പത്തെയാണ് ലോകത്തിലെ പല നാടോടിക്കഥകളും പിന്താങ്ങിയിരുന്നതെന്ന് വ്യക്തമാകുന്നു.

വന്യ– അധികാരബോധം

മനുഷ്യൻ എത്ര കാലം പരിണമിച്ചാലും അവരിൽ വന്യ അനുഭൂതികൾ അപ്പോഴും നിലകൊള്ളുന്നതായി കാണാം. ആദിമമനുഷ്യരിൽ നിന്നും, കയ്യൂക്കുള്ളവർ അതിജീവിക്കും എന്ന തത്വം സമൂഹത്തിൽ കടന്നുവന്നു. നേതാവായി നിന്ന് സ്വന്തം അധികാരത്തിന് കീഴിൽ പ്രജകളെ സൃഷ്ടിച്ച് എല്ലാത്തിന്റെയും സർവ്വാധിപതിയായി കഴിയാനുള്ള മനുഷ്യന്റെ മോഹമാണ് ബാലകഥകളിലൂടെ പ്രതിഫലിക്കുന്നത്. വരും തലമുറയിലേക്ക് മനുഷ്യനിലുള്ള അധികാരവാഞ്ഛയാണ് കൈമാറ്റം ചെയ്യുന്നത്. സിംഹത്തിന്റെ

കുട്ടി അടുത്ത രാജാവ് ആകുമെന്ന് പോലെ ഒരു കീഴ് വഴക്കമായത് മാറിയിരിക്കുന്നു. സിംഹത്തിനെ രാജാവായി നിലനിർത്തുന്നത് പോലെ തന്നെ അത്യാവശ്യമാണ് കഴുതയെ വിഡ്ഢിയായും കുറുക്കനെ ക്രൂരനായും ചെന്നായയും മുയലിനെയും കൗശലക്കാരായും മറ്റു മൃഗങ്ങളെ ആശ്രിതരായും നിലനിർത്തേണ്ടത്. അധികാരത്തിൽ ചോദ്യംചെയ്യാൻ കെൽപ്പ് ഇല്ലാത്തവരായി (സിംഹത്തിന്റെ അധികാരത്തെ) അതിനെ വകവച്ചു കൊടുക്കേണ്ടത് തങ്ങളുടെ വിധിയാണെന്ന് പോലും അവരെ ധരിപ്പിക്കുന്ന ഒരു വ്യവസ്ഥയാണ് നിലനിൽക്കുന്നത്. ഈ വ്യവസ്ഥയുടെ മറ്റൊരു അവാന്തര ഭാഗം തന്നെയാണ് നമ്മുടെ സമൂഹത്തിലുമുള്ളതെന്ന് പറയേണ്ടതില്ലല്ലോ. അധികാരത്തെ സ്ഥാപിക്കുന്നതിനും നിലനിർത്തുന്നതിനും വേണ്ടി മറ്റുള്ളവർക്ക് മുമ്പിൽ സാമൂഹികമായ അന്തരത്തെ കഥകളിൽ നിരന്തരം പൊലിപ്പിച്ചു കാണിക്കുന്നു. ഉദാഹരണത്തിന് ഈസോപ്പ് കഥകളിലെ ചില ഗുണപാഠ ആഖ്യാനങ്ങളിൽ ഇത് സുവ്യക്തമായി കാണാം. 'മുയലിന്റെ പ്രസംഗം' എന്ന കഥയിൽ മുയലുകൾ അവയുടെ ജീവനു ഭീഷണി നേരിടുന്ന അവസ്ഥയ്ക്ക് കാരണക്കാരായവരോട് എതിരായി സംഘടിക്കാൻ തീരുമാനിക്കുന്നു. എന്നാൽ സിംഹത്തെപ്പോലെ എതിരാളികളെ തോൽപ്പിക്കാൻ തങ്ങൾക്ക് നീണ്ട നഖങ്ങളോ കൂർത്ത പല്ലുകളോ ഇല്ലെന്ന് മനസ്സിലാക്കി സ്വന്തം ബലഹീനതകളെ ഓർത്തുകൊണ്ട് സിംഹത്തിന്റെ കരുത്തിനു മുന്നിൽ അടിയറവ് പറയുന്നു. ഓടക്കുഴൽ വായിക്കുന്ന ചെന്നായയുടെ കഥയും കുരങ്ങനെ പോലെ നൃത്തം ചെയ്യാനാവാതെ ഈ ഇളിഭ്യനായി പോകുന്ന ഒട്ടകവും ഒക്കെ നിരന്തരം അപഹാസ്യരായി കഥകളിൽ അവതരിപ്പിക്കപ്പെടുന്നു. നില മറന്നു പെരുമാറരുത് എന്ന ഗുണപാഠത്തിലൂടെ അധികാരികളും ആശ്രിതരും തമ്മിലുള്ള അന്തരത്തെപ്പറ്റി കൃത്യമായ ധാരണ നൽകുന്നു. ഇത്തരം കഥകളിൽ നിരന്തരം ക്ഷുദ്രജീവികളായി കൽപ്പിക്കുന്ന ചില ജന്തുക്കളാണ് പാമ്പ്, പരുന്ത്, ചെന്നായ, കുറുക്കൻ മുതലായവ. ക്രൗര്യവും കുടിലതയും കൗശലവും ഈ ജന്തുക്കളിലൂടെയാണ് അവതരിപ്പിക്കുന്നത്. തന്മൂലം ഈ ജീവികളുടെ കഥകളെ ഒരുതരം മുൻവിധിയോടുകൂടിയാണ് സമീപിക്കുന്നതും സമൂഹത്തിലെ പ്രഖ്യാപിത നന്മ-തിന്മകളെ പോലെയാണ് കഥകളിൽ ഈ ക്ഷുദ്രജീവികളുടെ നിർമിതിയും. സമൂഹത്തിലെ പല വിഭാഗങ്ങളെയും ക്ഷുദ്രജീവികളെ കണക്കാക്കുന്ന പോലെ ഒരുതരം മുൻവിധിയോടുകൂടി കാണുന്ന പ്രവണതയുടെ തുടക്കവും ചിലപ്പോൾ ഈ ബാലകഥ

കളിലൂടെ ആയിരിക്കാം.

അധികാരമുണ്ടായാൽ മാത്രംപോരാ അത് നിലനിർത്താനുള്ള കെൽപ്പ് വേണമെന്നും അതിനായി അധർമ്മം പ്രവർത്തിക്കുന്നതിൽ തെറ്റൊന്നുമില്ല എന്ന പുതുപാഠനിർമ്മിതി ബാലകഥകൾ മുന്നോട്ടുവയ്ക്കുന്നു. അധികാരമുള്ളവനെ അന്തസ്സുള്ളു എന്നും അധികാരം നഷ്ടപ്പെടുന്ന/ പ്രയോഗിക്കാൻ കഴിയാത്തവൻ എന്ന പരിഹാസ്യനാകുമെന്നും ചില കഥകളിൽ എടുത്തുപറയുന്നുണ്ട്. 'സിംഹഭാഗം' എന്ന കഥയിൽ മടിയനായ സിംഹം മറ്റ് മൃഗങ്ങളെ കൂട്ടുപിടിച്ച് വേട്ടയാടുന്നു. ലഭിച്ച ഇരയെ നാലായി വീതം വച്ചുകൊണ്ട് സിംഹം പറയുന്നത് ഇപ്രകാരമാണ് ഒന്നാമത്തെ ഭാഗം രാജാവ് എന്ന നിലയിൽ എനിക്കുള്ളതാണ് രണ്ടാമത്തെ ഭാഗവും സിംഹം എന്ന നിലയിൽ എനിക്ക് തന്നെ ഉള്ളതാണ്. മൂന്നാം ഭാവം നായാട്ടിൽ പങ്കെടുത്തു എന്ന നിലയിൽ എനിക്ക് (സിംഹത്തിന്) അവകാശപ്പെട്ടതാണ് മിച്ചം വരുന്ന ഭാഗം ഈ സിംഹത്തിനു മുന്നിൽ വന്ന് ധൈര്യമുള്ളവർക്ക് എടുത്തു കൊണ്ടുപോകാം എന്നു പ്രഖ്യാപിക്കുന്നു. പക്ഷേ, മറ്റു മൃഗങ്ങളൊന്നും അതിന് ധൈര്യപ്പെട്ടുന്നില്ല. അധികാരത്തോടെ/ ആത്മവിശ്വാസത്തോടെയുള്ള സിംഹത്തിന്റെ വെല്ലുവിളി മറ്റു മൃഗങ്ങൾ സ്വീകരിക്കാതെ നിശ്ശബ്ദരാകുമ്പോൾ സിംഹത്തിന്റെ അധികാരം കുറെ കൂടെ അടിയുറച്ചതാകുന്നു. സിംഹത്തിന്റെ കഥ കേൾക്കുന്ന കുട്ടിയിലും സിംഹം ആകാനുള്ള വ്യഗ്രതയാണ് പരോക്ഷമായി നിർമ്മിക്കപ്പെടുന്നത്. 'മന്ത്രിയുടെ കഷണ്ടി'യാണ് മറ്റൊരു കഥ. അധികാരത്തെ തലയുടെ/ മുടിയുടെ ബിംബമാണ് ഇവിടെ കൽപ്പിച്ചിരിക്കുന്നത്. മുടിയില്ലാത്ത മന്ത്രി തന്റെ അപകർഷബോധം മാറ്റാനായി വെപ്പുമുടി ഉപയോഗിക്കുന്നു. വെപ്പുമുടി വയ്ക്കുന്നതോടെ താനൊരു അധികാരിയായി തന്നെ എല്ലാവരും മാനിക്കും എന്ന് കരുതിയ മന്ത്രി വെപ്പുമുടിയെ ഒരു ഭൂഷണമായി കൊണ്ട് നടക്കുന്നു. എന്നാൽ ഒരവസരത്തിൽ വെപ്പുമുടി അഴിഞ്ഞുവീണ് മന്ത്രി ഇളിഭ്യനായി. അതുകണ്ട് സദസ്സിൽ നിൽക്കുന്ന ഒരാൾ വിളിച്ചുപറഞ്ഞു സ്വന്തം തലമുടി തന്നെ തലയിൽ നിൽക്കുന്നില്ല നിങ്ങളാണോ ഞങ്ങളെ ഭരിക്കുന്നത്? അംഗീകൃതമായ, ഉയർന്ന സുന്ദരമായ ശിരസ് അന്തസ്സിന്റെയും അധികാരത്തിന്റെയും പ്രതീകമായി മാറുകയും മുടി നഷ്ടമാകുന്നതിനെ പ്രതീകാത്മകമായി അധികാരനഷ്ടമായും പുരുഷന്റെ ഷണ്ഡത്വമായും കഥയിൽ അവതരിപ്പിക്കുന്നു.

മൃഗങ്ങൾ മനുഷ്യരെപ്പോലെ ചിന്തിക്കാൻ തുടങ്ങി. മൃഗങ്ങൾ

മനുഷ്യരെ അനുകരിച്ച് തമ്മിൽത്തല്ലാൻ തുടങ്ങി. കാടായ കാടൊക്കെ ചത്തതും മുറിവേറ്റതുമായ മൃഗങ്ങളെ കൊണ്ട് നിറഞ്ഞു. വൃക്ഷങ്ങൾ കടപുഴകി എറിയപ്പെട്ടു. ആഫ്രിക്കൻ നാടോടിക്കഥയായ 'ഉഡോ' ഇങ്ങനെയാണ് ആരംഭിക്കുന്നത്. ഇവിടെ മൃഗങ്ങൾ മനുഷ്യരെപ്പോലെ ചിന്തിക്കാൻ തുടങ്ങുന്നിടത്താണ് പ്രകൃതിയും മറ്റു ജീവജാലങ്ങളും ദുരിതത്തിൽ ആകുന്നത്. മൃഗങ്ങൾക്ക് മനുഷ്യന്റെ വ്യക്തിത്വവും ചിന്തശേഷി എല്ലാം കല്പിക്കുന്നതോടൊപ്പം അവരിലും അധികാര- വിധേയത്വ നിയമങ്ങൾ കടന്നുവരുന്നു. സർവ്വാധിപതിയായി തനിക്ക് വഴങ്ങാത്തതൊക്കെയും കീഴ്പ്പെടുത്തുന്ന പ്രാചീനവന്യ വികാരങ്ങളെ വളരെ നിഷ്കളങ്കമായി നിസ്സാരമായി ബാലകഥകളിലൂടെ കുട്ടികൾക്ക് മുന്നിൽ അവതരിപ്പിക്കുന്നു. നന്മയും സത്യസന്ധതയും മാത്രമല്ല സ്വന്തം കാര്യങ്ങൾ നേടുവാനായി ചില ചതി പ്രയോഗങ്ങളും ക്രൂരതയുമൊക്കെ ചെയ്യുന്നത്തിൽ തെറ്റൊന്നുമില്ല എന്ന ആധിപത്യം മനോഭാവത്തെയാണ് ബാലകഥകളിലൂടെ കുഞ്ഞുങ്ങളിലേക്ക് കുത്തിയിറക്കുന്നത്

റഫറൻസ്

1. ഈസോപ്പ് കഥകൾ, ലളിത ലെനിൻ (പുനരാഖ്യാനം),
എച്ച് ആൻഡ് സി ബുക്ക്സ്, 2019.
2. റഷ്യൻ നാടോടിക്കഥകൾ 100 കഥകൾ,
പി. ചിന്മയൻ നായർ, കറന്റ് ബുക്ക്സ്, 2011.
3. സാരോപദേശ കഥകൾ, അബ്ദു സലാം ശാമിൽ ഇർഫാനി,
ഐപിബി ബുക്ക്സ്, കോഴിക്കോട് 2016.
4. പഞ്ചതന്ത്രം കഥകൾ, വിഷ്ണുശർമ്മൻ,
എച്ച് ആൻഡ് സി ബുക്ക്സ്, 2008.

4

നാടോടിക്കഥകളിലെ ബഹുസ്വരത

ഡോ. അർച്ചന എ. കെ.

ഇംഗ്ലീഷുകാരനായ വില്യം തോംസ് 1846 ആഗസ്റ്റ് മാസത്തിൽ അത്തെനം (Athenaeum) മാസികയിലെഴുതിയ ലേഖനത്തിലാണ് നാടോടി ജനസഞ്ചയത്തെ കുറിക്കുവാനായി ഫോക്‌ലോർ എന്ന പദം ആദ്യമായി ഉപയോഗിച്ചത്. നാടോടിസാഹിത്യത്തിന് ഏതു ദേശത്തും ചിരസ്ഥായിയായ സ്ഥാനം നേടിക്കൊടുക്കുന്നത് കഥകളുടെ ലളിതയുക്തിയിൽ മനുഷ്യനുള്ള വിശ്വാസം മാത്രമാണ്. അക്ഷരജ്ഞാനമില്ലാത്തവരുടെ പോലും മനോതലത്തെ സ്പർശിക്കും വിധമുള്ള ഭാഷയും ആഖ്യാനരീതിയും മാത്രമല്ല ചെറിയ പരിസരത്തെ/ഭാവുകത്വത്തെ വിശകലനം ചെയ്യുന്നതും നാടോടിക്കഥകളുടെ പ്രത്യേകതയാണ്. വ്യത്യസ്ത തനിമകളുടെ കൂടിച്ചേരലിനൊപ്പം നാടോടിക്കഥകൾ പ്രതിനിധാനം ചെയ്യുന്ന സാംസ്കാരികതലവും ബഹുമുഖസ്വഭാവമുള്ളതാണ്. വിഭിന്ന സംസ്കാരങ്ങളെയും വൈവിധ്യങ്ങളെയും സ്വീകരിക്കുവാനും നവീന ചിന്തകൾ രൂപപ്പെടുത്തുവാനും ഏറെ പ്രയോജനപ്രദമായ മാധ്യമമെന്ന് ശിശുമനഃശാസ്ത്രജ്ഞരും അഭിപ്രായപ്പെടുന്നു. 1812-ൽ ഗ്രിം സഹോദരന്മാർ പ്രസിദ്ധീകരിച്ച 'Grimms Kinder' (ഗ്രിമ്മിന്റെ കഥകൾ) എന്ന നാടോടിക്കഥകളുടെ സമാഹാരമാണ് ആദ്യത്തെ ഫോക് ലോർ കഥാസമാഹാരമായി അറിയപ്പെടുന്നത്. പാശ്ചാത്യരാജ്യങ്ങളിലാണ് ആദ്യകാലത്ത് ഫോക്‌ലോർ പഠനമേഖല സജീവമാകുന്നത്. പത്തൊൻപതാം നൂറ്റാണ്ടിന്റെ ആദ്യ പകുതിയിൽ ഗ്രാമീണ കർഷകരുടെ വാമൊഴി നാടോടിക്കഥകളിൽ ശ്രദ്ധ കേന്ദ്രീകരിച്ചാണ് ഫോക് ലോർ പഠനം യൂറോപ്പിൽ ആരംഭിച്ചത്. കഥകളിലും പഴഞ്ചൊല്ലുകളിലും പാട്ടുകളിലുമുള്ള ജനതാല്പര്യം 19-ാം

നൂറ്റാണ്ടിൽ ശക്തമായ രീതിയിൽ തുടർന്നു പോന്നിരുന്നു. ഇരുപതാം നൂറ്റാണ്ടിൽ, യൂറോപ്യൻ ഫോക് ലോറിസ്റ്റുകൾ അവരുടെ പ്രദേശങ്ങളിലെ കർഷകരുടെ നാടോടിക്കഥകളിൽ ശ്രദ്ധ കേന്ദ്രീകരിക്കുകയും മറ്റ് പഠനമേഖലകളുമായി ബന്ധിപ്പിക്കുകയും ചെയ്തു.

ഫ്രാൻസ് ബോസിന്റെ നേതൃത്വത്തിലുള്ള അമേരിക്കൻ ഫോക് ലോറിസ്റ്റുകൾ അവരുടെ ഗവേഷണത്തിൽ തദ്ദേശീയ അമേരിക്കൻ സംസ്കാരങ്ങളെ പരിഗണിക്കാനും പഠിക്കുവാനും തീരുമാനിച്ചു. അതിന് അക്കാദമികമായ തലം നൽകിയത് അമേരിക്കൻ ഫോക് ലോർ സൊസൈറ്റിയാണ്. അക്കാദമി, ഫോക് ലോർ ലൈഫ് എന്ന സംജ്ഞയെ നവീന അർത്ഥതലങ്ങളിലേയ്ക്ക് നയിച്ചു. ആചാരങ്ങളും വിശ്വാസങ്ങളും ജീവിതരീതികളും നാടോടിക്കഥകളായി സാംസ്കാരിക പ്രകൃതിയിൽ വഹിക്കുന്ന സ്വാധീനത്തിനും ഇവർ പ്രാധാന്യം നൽകി. നാടോടി സംസ്കാരത്തോടും വാമൊഴി പാരമ്പര്യങ്ങളോടും മാത്രമല്ല സംസ്കാരത്തിന്റെ എല്ലാ പ്രതിപാദ്യ പാഠനിർവഹണങ്ങളെയും നരവംശമേഖലയിലേയ്ക്കും കൂടി വ്യാപിപ്പിക്കാനും കഴിഞ്ഞു. 1882 ലാണ് യുനെസ്കോ നിർദ്ദേശത്തിൻ പ്രകാരം പാരമ്പര്യ തനിമയുള്ളതും സംസ്കാര പ്രതിഫലനമുള്ളതുമായ നാടോടിക്കഥകളുടെ സംരക്ഷണത്തെക്കുറിച്ചുള്ള ശുപാർശ വരുന്നത്. ഇതോടെ ഫോക് ലോർ പഠനങ്ങൾ ആഗോളതലത്തിൽ അംഗീകരിക്കപ്പെട്ടു.

നാടോടി സാഹിത്യത്തിൽ തലമുറകളായി വാമൊഴിയായി കൈമാറ്റം ചെയ്യപ്പെട്ട പുരാണങ്ങളും ഇതിഹാസങ്ങളും കെട്ടുകഥകളും നാടോടിക്കഥകളും ഉൾപ്പെടുന്നു. എഴുത്തുകാരൻ പല കാലപ്രകാരങ്ങളിൽ കേട്ട കഥകളിൽ തൻേറതായ അനുഭൂതികൂടിയുൾച്ചേർത്ത് രചിക്കുന്നവയാണ് കഥകളിൽ ഭൂരിഭാഗവും. രചയിതാവ് കേൾവിയുടേതായ ഈ കഥയിലെ രണ്ടാമത്തെയോ മൂന്നാമത്തെയോ ആവേദകനാവാം. നൂറ്റാണ്ടുകളായി ആളുകൾ പുലർത്തിയിരുന്ന അടിസ്ഥാന മാനുഷിക സംഹിതകളാണ് നാടോടിസാഹിത്യത്തിലെ കഥാപാത്രങ്ങളും സാഹചര്യങ്ങളും. നാടോടി സാഹിത്യത്തിന്റെ ഉത്ഭവ മണ്ഡലം/പ്രദേശം എന്നിവയിലെ പൊതുധാരകളാണ് കഥകളുടെ ഭാവുകത്വത്തെ നിർണയിക്കുന്നത്. അതുകൊണ്ടുതന്നെ സാമൂഹികമായ ചില ധർമ്മങ്ങൾ നിർവഹിക്കേണ്ട ഉത്തരവാദിത്തവും ഈ കഥകളിലെല്ലാം കാണാം. ലോകോല്പത്തി രഹസ്യങ്ങൾ വിശദീകരിക്കുക, ഭയങ്ങളും സ്വപ്നങ്ങളും വ്യക്തമാക്കുക, ക്രമരഹിതമായ ജീവിതത്തിന്റെ സ്വഭാവത്തിന്മേൽ ക്രമം സൃഷ്ടിക്കുക, മാന

വസമൂഹത്തെ രസിപ്പിക്കുക, സാംസ്കാരികമായ ഉണർവ് സൃഷ്ടിക്കുക, ഉദാത്തമായ കഥാപാത്രങ്ങളെ അവതരിപ്പിക്കുക, സവിശേഷമായ അവസ്ഥകൾ (യക്ഷി സങ്കല്പങ്ങൾ) പ്രതിപാദിക്കുക, അതിശയകരമായ ഘടകങ്ങൾ (പറക്കുംതളിക പോലുള്ളവ) വിവരിക്കുക, ധാർമിക തത്വങ്ങളുപദേശിച്ച് ശുഭപര്യവസായിയായ ജീവിത ദർശനങ്ങളവതരിപ്പിക്കുക തുടങ്ങിയ ജീവിത സംബന്ധിയായ ചോദ്യങ്ങളും ഉത്തരങ്ങളും തന്നെയാണ് ഓരോ കഥയും. നാടോടിസാഹിത്യത്തിലെ ഭൂരിഭാഗം വിഷയങ്ങളിലും മൂന്നിനും എട്ടിനും ഇടയിൽ പ്രായമായ കുട്ടികളിൽ സദാചാരബോധം വളർത്തിയെടുക്കുക, അവരെ രസിപ്പിക്കുക എന്നിങ്ങനെയുള്ള വിവക്ഷകളുമുണ്ട്.

ലോക നാടോടിക്കഥകളുടെ ചരിത്രത്തിൽ ഇന്ത്യയ്ക്ക് പ്രത്യേക സ്ഥാനമുണ്ട്. ഇന്ത്യൻ ഉപഭൂഖണ്ഡത്തിൽ നിന്നുള്ള നാടോടിക്കഥകൾ ഫോക് ലോറിസത്തിന്റെ സൈദ്ധാന്തിക വളർച്ചയെ രൂപപ്പെടുത്തുന്നതിൽ വലിയ സംഭാവന ചെയ്തിട്ടുണ്ട്. ഉദാഹരണത്തിന് ഇന്ത്യൻ മിത്തുകളെക്കുറിച്ച് മാക്സ് മുള്ളർ രചിച്ച കൃതികളും ലോകപ്രശസ്തമായ 'പഞ്ചതന്ത്രകഥകൾ' തിയോഡോർ ബെനിഫ് വിവർത്തനം ചെയ്തതും ഏറെ ശ്രദ്ധേയമാണ്. ഋഗ്വേദം, രാമായണം, മഹാഭാരതം, പുരാണങ്ങൾ, ഉപനിഷത്തുകൾ എന്നിവയെല്ലാം മതത്തിന്റേയും ഐതിഹ്യങ്ങളുടെയും വിജ്ഞാനകോശങ്ങളെന്നാണ് അറിയപ്പെടുന്നത്. ഇവയ്ക്കെല്ലാം ധാരാളം ചെറുകഥാരൂപങ്ങളും ഉണ്ടായിട്ടുണ്ട്. നാരായണ പണ്ഡിറ്റിന്റെ ഹിതോപദേശം, ഗുണാഢ്യയുടെ ബൃഹത്കഥ, സോമദേവന്റെ കഥാസരിത്സാഗർ, സുഖസ്പതാദിയുടെ ജാതക കഥകൾ തുടങ്ങിയ കൃതികൾ മികച്ച ഉദാഹരണങ്ങളാണ്. ഇന്ത്യൻ ഉപഭൂഖണ്ഡത്തിന് വളരെ സമ്പന്നമായ ഭാഷാവൈവിധ്യ ചരിത്രമുണ്ട്. നാടോടിക്കഥകളിലാണ് (ഇന്തോ-യൂറോപ്യൻ, ദ്രാവിഡൻ, ടിബറ്റോ-ബർമാൻ, ആസ്ട്രോ-ഏഷ്യാറ്റിക്) അവയുടെ സാംസ്കാരികത ഏറെ പ്രതിഫലിക്കുന്നത്.

മധ്യകാല ഇന്ത്യൻസാഹിത്യത്തിൽ, പല ഭാഷകളിലെയും ആദ്യകാലകൃതികൾ രാജവംശങ്ങളുടെ പ്രകീർത്തനങ്ങളായിരുന്നു. ഇവയിലൊരു വിഭാഗം അചാരപരമായ പ്രാദേശിക വിശ്വാസങ്ങളെ മുന്നോട്ട് കൊണ്ടുപോകുന്നതിനോ ആഘോഷിക്കുന്നതിനോ വേണ്ടി രൂപകല്പന ചെയ്തവയായിരുന്നു. ബംഗാളിയിലെ കാര്യപദങ്ങൾ, പന്ത്രണ്ടാം നൂറ്റാണ്ടിൽ മറാത്തിയിൽ രചിച്ച ലീലാചരിത്രം,

പത്താം നൂറ്റാണ്ടിൽ കന്നഡ ഭാഷയിൽ രചിച്ച 'കനാരീസ', പതിമൂന്നാം നൂറ്റാണ്ടിൽ സംസ്കൃതത്തിലും പാലിയിലും ഉണ്ടായിട്ടുള്ള ജൈനതത്വങ്ങളുമായി ബന്ധപ്പെട്ട കഥകൾ, രാജസ്ഥാനിൽ നിന്നുണ്ടായിട്ടുള്ള മുസ്ലീം അധിനിവേശത്തിനെതിരായ ചെറുത്തുനിൽപ്പിനെ അഭിസംബോധന ചെയ്യുന്ന കഥകൾ, കൃഷ്ണന്റെയും രാധയുടെയും ഭക്തി, പ്രണയസങ്കല്പത്തെ ആധാരമാക്കിയ കഥകൾ, പന്ത്രണ്ടാം നൂറ്റാണ്ടിൽ ജയദേവ കവി രചിച്ച ഗീതാഗോവിന്ദം, പതിനാലാം നൂറ്റാണ്ടിൽ കവി വിദ്യാപതി മൈഥിലി ഭാഷയിൽ രചിച്ച മതപരമായ പ്രണയകവിതകൾ തുടങ്ങിയവയും കാലഘട്ടത്തിന്റെ സാംസ്കാരികതയിൽ ഏറെ സ്വാധീനം ചെലുത്തിയിരുന്നു. ഭക്തി പാരമ്പര്യം പൂർണതയിലെത്തുന്നത് ബംഗാളിലെ ഹിന്ദുമിസ്റ്റിക്കുകളായ ചൈതന്യയുടെയും മഥുരയിലെ വല്ലഭാചാര്യരുടെയും കീഴിലുള്ള രാധാ-കൃഷ്ണ ആരാധനാകഥകളിലൂടെയാണ്. ഈ ഘട്ടത്തിൽ ഒരു ദൈവത്തോടുള്ള വ്യക്തിപരമായ ഭക്തി ബംഗാൾ സാമൂഹ്യജീവിതത്തിലും ഉൾപ്പെട്ടു തുടങ്ങിയിരുന്നു. ഭക്തി അഭിസംബോധന ചെയ്തുകൊണ്ടുള്ള കൃതികളിൽ, പ്രത്യേകിച്ചും തുളസീദാസിന്റെ രാംചരിതമാനസ സവിശേഷ പ്രാധാന്യം അർഹിക്കുന്നു. സിഖ് മതത്തിന്റെ ആദ്യകാല ഗുരുക്കന്മാരായ നാനാക്കും അർജുനനും അവരുടെ ദൈവസങ്കൽപ്പങ്ങൾക്കുവേണ്ടി രചിച്ച ഭക്തിഗാനങ്ങളിലും ഈ നാടോടിസങ്കല്പം കടന്നുവരുന്നുണ്ട്.

എ.കെ രാമാനുജന്റെ സൈദ്ധാന്തികവും സൗന്ദര്യാത്മകവുമായ സംഭാവനകൾ നിരവധി ഫോക്ലോർ മേഖലകളുമായി ബന്ധപ്പെട്ടിരിക്കുന്നു. രാമാനുജന്റെ സാംസ്കാരിക ലേഖനങ്ങളിൽ മാത്രമല്ല, ഇന്ത്യൻ നാടോടിക്കഥകളെക്കുറിച്ചും ക്ലാസിക് കവിതകളെക്കുറിച്ചും അദ്ദേഹത്തിന്റെ രചനകളിൽ കാണുന്ന സന്ദർഭാനുയോജ്യ സംവേദനക്ഷമത നാടോടിവാങ്മയത്തിലാണ് നിലകൊള്ളുന്നത്. മുന്നൂറു രാമായണങ്ങൾ (1991), Where Mirrors Are windows: Toward an Anthology of Reflections (1989), The Interior Landscape: Love Poems from a Classical Tamil Anthology (1967), ഇരുപത് ഇന്ത്യൻ ഭാഷകളിൽ നിന്നുള്ള വാമൊഴി കഥകൾ (1991) തുടങ്ങിയവ ഇന്ത്യൻ ഫോക് ലോർ പഠനത്തിന്റെ പാഠാന്തരതയും വാമൊഴി സ്വഭാവവും ചേർന്ന് നിൽക്കുന്ന പരികൽപനങ്ങൾക്ക് ഉദാഹരണമാണ്. അദ്ദേഹം പറയുന്നു, തന്റെ കവിതയിൽ നാടോടിത്തത്തിന്റെ ആവർത്തനം അല്ലെങ്കിൽ അതിന്റെ അനുകരണം തീർച്ചയായും ഉണ്ടാവാം എന്നാലതാവട്ടെ നാടോടിസാഹിത്യ

ത്തിന്റെ പ്രത്യേകതയും സ്വഭാവവുമാണ്. അദ്ദേഹത്തിന്റെ ലേഖനങ്ങളിലും നാടോടിദർശനങ്ങളുടെ ചിന്താതലം കാണാം.

സംസ്കൃത ഇതിഹാസങ്ങൾ, ചരിത്രം, സ്വാതന്ത്ര്യസമരം എന്നീ ഭാവുകത്വത്തിലുള്ള വ്യക്തിത്വങ്ങൾ ഇന്ത്യൻ നാടോടിക്കഥകളിലെ സുപരിചിത കഥാപാത്രങ്ങളാണ്. ഇന്ത്യൻ സാംസ്കാരികയിൽ ഉപവ്യവസ്ഥ തീർക്കുന്ന ജാതികളും ഗോത്രങ്ങളും അവരുടെ ഭാഷ-മത-ആചാര പ്രക്രിയകളിലൂടെ തനത് സംസ്കാരത്തിന്റെ വൈവിധ്യങ്ങൾ നിലനിർത്തിയിട്ടുണ്ട്. അതിന്റെ പലവിധ അനുകൽപനങ്ങൾ ചില സാംസ്കാരിക യുക്തികളെ പുനർനിർണയിക്കുവാനും സ്വാംശീകരിക്കാനും പര്യാപ്തമാണ്. സ്വാതന്ത്ര്യാനന്തരമാണ് ഇന്ത്യയിലെ നരവംശശാസ്ത്രപഠനം നാടോടിക്കഥകളെക്കുറിച്ച് ആഴത്തിലുള്ള സർവ്വേകൾ നടത്തുകയും നരവംശ പഠനത്തിൽ ഫോക് ലോറിനെ ഉപയോഗിച്ചു തുടങ്ങുകയും ചെയ്തത്. ഇന്ത്യയിലെ ഫോക്ലോറിസ്റ്റുകൾ അവരുടെ പഠനത്തിന് ഉപകരിക്കും വിധം മൂന്ന് ഘട്ടങ്ങളായി നാടോടിക്കഥകളുടെ വിഷയാവതരണത്തെ തിരിച്ചു. ഒന്നാം ഘട്ടം ബ്രിട്ടീഷ് ഭരണാധികാരികളുടെ കാലത്തെ ആധാരമാക്കിയുള്ളതായിരുന്നു. അവർ തങ്ങളുടെ നയങ്ങൾ പ്രാവർത്തികമാക്കാൻ കഴിയുന്ന വിധത്തിലുള്ള വിഷയങ്ങൾ നാടോടി വിനിമയങ്ങളിലൂടെ എപ്രകാരം അവതരിപ്പിച്ചുവെന്നും പ്രാദേശികമായ അറിവുകളും വിജ്ഞാനങ്ങളും നാടോടിക്കഥകളായി നിർവഹിച്ച സാമൂഹികധർമ്മം എന്തെന്നുമായിരുന്നു പരിഗണിക്കപ്പെട്ടത്. അടുത്ത ഘട്ടം സവിശേഷ ആവശ്യങ്ങൾക്കായി മതപുരോഹിതന്മാർ എപ്രകാരമാണ് നാടോടി സാഹിത്യത്തെ ഉപയോഗിച്ചത് എന്നതായിരുന്നു. മൂന്നാം ഘട്ടം രാജ്യം സ്വതന്ത്രമായതിന് ശേഷമുള്ള കാലഘട്ടത്തിലെ കഥകളെക്കുറിച്ചുള്ളതായിരുന്നു. ഈ ഘട്ടത്തിലാണ് സർവകലാശാലകളും വിവിധ സ്ഥാപനങ്ങളും വ്യക്തികളും നാടോടിക്കഥകളെ സൈദ്ധാന്തികതലത്തിൽ അവലോകനം ചെയ്തു തുടങ്ങിയത്. ഐതിഹ്യങ്ങൾ, പുരാണങ്ങൾ, ഇതിഹാസങ്ങൾ എന്നിവയിലൂടെ ഒരു ദേശീയ സ്വത്വം തിരയുകയായിരുന്നു ഇവരുടെ ലക്ഷ്യം. അതത് പ്രദേശങ്ങൾ, പ്രത്യേകിച്ച് ദക്ഷിണേന്ത്യക്കാർ അവരുടെ സാംസ്കാരിക വ്യക്തിത്വം നിലനിർത്താനുള്ള ഉപാധിയെന്ന നിലയിൽക്കൂടി ഫോക് ലോർ പഠനങ്ങളെ ഈ ഘട്ടത്തിൽ സമീപിക്കുന്നുണ്ട്.

കേരളത്തിലെ ഫോക് ലോർ അക്കാദമിയും നാടൻ വിജ്ഞാനത്തെയും തനിമയെയും പ്രോത്സാഹിപ്പിക്കുക, കലാകാരന്മാരെ പി

ത്തുണയ്ക്കുക എന്നീ ലക്ഷ്യങ്ങളാണ് നിർവഹിക്കുന്നത്. അക്കാദമിയുടെ പ്രസിദ്ധീകരണമായ 'പൊലി' നാടോടി വിജ്ഞാന പരിധിയിൽ വരുന്ന വിഷയങ്ങളെ പരിചയപ്പെടുത്തുന്നു. മലയാള സാഹിത്യത്തിലെ നാടോടി കഥകളുടെ ഭാവുകത്വം നമ്മുടെ സാമൂഹിക സാഹചര്യങ്ങളുമായി ബന്ധപ്പെട്ടുനിൽക്കുന്നതാണ്. ദേശീയ സങ്കല്പങ്ങളെ പരിചയപ്പെടുത്തുന്ന കഥകളും ആചാരാനുഷ്ഠാനങ്ങളെ പ്രതിഷ്ഠിക്കുന്ന കഥകളും സാമൂഹികനീതി ധർമ്മ നിർവഹണ കഥകളും കേരളീയ പശ്ചാത്തലത്തിലുണ്ട്. ഇതിലെല്ലാം ഉപരിയായി യക്ഷി, കിന്നര കഥകൾക്കും മലയാള നാടോടി സാഹിത്യം ഏറെ പ്രാധാന്യം നൽകുന്നു. വാമൊഴിയായി പറയുന്ന കഥകളിൽ പലപ്പോഴും പ്രാദേശികമായ വൈവിധ്യങ്ങൾ കണ്ടുവരുന്നു. കൃഷ്ണൻ, ക്രിസ്തു, ശിവൻ, ദേവി, അലാവുദീൻ, ഹോജ, തെന്നാലിരാമൻ എന്നിവരെക്കുറിച്ചുള്ള കഥകൾ സ്നേഹത്തിന്റെയും നന്മയുടെയും നീതിയുടെയും സൂത്രങ്ങളുടെയും ചിന്താതലമാണ് കുട്ടികൾക്ക് പ്രദാനം ചെയ്യുന്നത്. മനുഷ്യനെയും മനുഷ്യ ദുരന്തങ്ങളെയും സൂചിപ്പിക്കാതെ ധാർമികതത്വങ്ങളിലൂടെ മനുഷ്യസന്മാർഗികതയെ ചൂണ്ടിക്കാണിക്കുന്ന പ്രത്യയശാസ്ത്രവും, സവർണ്ണതയുടെയും രാജാധികാരത്തിന്റെയും ഫ്യൂഡൽ വ്യവസ്ഥിതിയുടെയും പ്രതിഫലനവും കാണാം. നാടോടിക്കഥകൾക്ക് വ്യവസ്ഥാപിതവത്കരണം, ഭാഷയുടെ ക്ലിഷ്ടതകൾ എന്നിവയില്ലാതെ പാഠത്തിനും അപ്പുറത്തേക്കു സഞ്ചരിക്കാൻ കഴിയുന്നതും ലളിത യുക്തിയുടെ നീതികരണങ്ങളാലാണ്. ഒരു ശിശുവിന്റെ ജനനം മുതൽ അവനെ സാമൂഹിക/സാംസ്കാരിക മനുഷ്യനാക്കി ധാർമിക നീതിയോടെ വളർത്തുവാനായി അനുശീലനങ്ങളുടെതായ ശ്രേണിയിൽ രൂപപ്പെടുത്തിയിരിക്കുന്ന ശിശുമനഃശാസ്ത്രവും നാടോടി ക്കഥകളിൽ ഉള്ളടങ്ങിയിരിക്കുന്നു.

നാടോടിക്കഥകൾക്ക് സരളതയ്ക്ക് അപ്പുറം ഒരു മറുപുറം കൂടിയുണ്ട്. ഉദാഹരണത്തിന് മലയാളത്തിലെ ജനപ്രിയ നാടോടിക്കഥയായ പഞ്ചതന്ത്രകഥകളുടെ ആശയാവിഷ്കരണം തന്നെ നോക്കാം. വിഷ്ണുശർമ്മ രചിച്ച പഞ്ചതന്ത്രകഥകൾ മലയാളത്തിലേക്ക് വിവർത്തനം ചെയ്തത് സുമംഗലയാണ്. മൃഗജാതികളെ കഥാപാത്രങ്ങളാക്കികൊണ്ട് ധാർമികോദ്ബോധന ലക്ഷ്യത്തോടെ പ്രതിപാദിച്ചിരിക്കുന്ന ഈ കൃതിയിൽ രാജപക്ഷത്തിന്റെ നീതിയെ സാധൂകരിക്കുന്ന പൊരുളുകളാണധികവും. അമരശക്തി എന്ന രാജാവിന്റെ മണ്ടന്മാരായ മക്കളെ ബുദ്ധിമാന്മാരും വിവേകശാലികളുമാക്കി പ

രിവർത്തിപ്പിക്കുവാൻ വിഷ്ണു ശർമ പറഞ്ഞ കഥകളാണ് പഞ്ചതന്ത്ര കഥകൾ. ഭാരതീയ സാംസ്കാരികപൈതൃകത്തെ ഉദ്ബോധിപ്പിച്ച് സാമൂഹികാനുശീലനങ്ങൾക്കൊത്ത് ജീവിക്കാൻ പ്രേരിപ്പിക്കുന്ന തത്വകല്പനകളും ആചാരാനുഷ്ഠാനങ്ങളും ബ്രാഹ്മണാധിപത്യ ചിഹ്നങ്ങളും പഞ്ചതന്ത്രകഥകളുടെ മുഖമുദ്രയാണ്. രാജാവ്, രാജാവിന് കീഴിൽ വിവിധ ജോലികൾ ചെയ്യുന്നവർ, സമൂഹത്തിലെ ജാതീയമായ ഉയർച്ച താഴ്ചകൾ, തൊഴിലിലെ വിഭജനങ്ങൾ, ഉന്നതനും നീചനും തമ്മിലുള്ള ക്രമ വ്യത്യാസങ്ങൾ എന്നിങ്ങനെ ഭാരതീയമായ/വരേണ്യമായ ചില യുക്തിയുടെ വശങ്ങളെ മാത്രം പ്രോത്സാഹിപ്പിക്കുന്ന രാജധർമ്മം ഈ കഥകളിൽ പ്രകടമാണ്. പഞ്ചതന്ത്രകഥകളിലെ മുഖ്യ കഥാപാത്രമായി പല കഥകളിലും വരുന്ന കഥാപാത്രമാണ് സിംഹം. രാജാവിന്റെ പ്രതിരൂപം എന്ന നിലയിലാണ് സിംഹത്തെ അവതരിപ്പിച്ചിരിക്കുന്നത്. ശക്തനായ രാജാവിന് പകരം സിംഹത്തെ കൊണ്ടു കഥ പറയിക്കുന്നു. സിംഹരാജനെ അനുസരിക്കേണ്ടവരാണ് മറ്റു മൃഗങ്ങളെന്ന സാമൂഹിക സംഹിത രൂപപ്പെടുത്താനും സാമൂഹികജീവിതത്തിലെ തട്ടുകളെ ബോധ്യപ്പെടുത്താനും ഉദ്യമിക്കുന്നു. കരുത്തനായ രാജാവ് അഥവ പുരുഷന്റെ കീഴിൽ അണിനിരക്കുന്ന ജനതയെയാണ് പഞ്ചതന്ത്ര കഥകളിലൂടെ ആവിഷ്ക്കരിക്കുന്നത്. എളിയ മൃഗങ്ങൾ എളിയപ്പെട്ട് ജീവിക്കണം എന്ന യുക്തിയിലും ഈ ആശയധാര പ്രകടമാണ്. 'ബ്രാഹ്മണൻ, മുനി, രോഗി, സ്ത്രീ, ബാലൻ എന്നിവർ വലിയ കുറ്റം ചെയ്താലും കൊല്ലരുതെന്ന് പറയുന്ന ഹൈന്ദവ തത്വസംഹിതകളെയും സാധൂകരിക്കുന്നു.' (പുറം 38). 'കള്ളം സാമർത്ഥ്യപൂർവ്വം ഒളിപ്പിച്ചുവെക്കുകയാണെങ്കിൽ ബ്രഹ്മാവിനു പോലും കണ്ടുപിടിക്കാൻ കഴിയില്ല' (പുറം 45). തികച്ചും സ്ത്രീവിരുദ്ധമായിട്ടുള്ള ആശയങ്ങളും കാണാം 'സ്ത്രീകളുടെ മായാചാതുര്യം അത്ഭുതകരം തന്നെ അവർ സത്യത്തെ അസത്യവും അസത്യത്തെ സത്യവും ആക്കി തീർക്കുന്നു, പെണ്ണുങ്ങളുടെ വാക്കിൽ തേനും മനസ്സിൽ വിഷവും ആണുള്ളത്.' (37). ഹൈന്ദവ ബിംബങ്ങൾ, ബ്രാഹ്മണ പ്രത്യയശാസ്ത്രങ്ങൾ സാമൂഹികമായ ദ്വന്ദങ്ങളുടെ ശ്രേണികൾ, പുരുഷ കേന്ദ്രീകൃത കഥാപാത്ര സങ്കല്പം, സവർണ്ണതയും ബുദ്ധിയും തമ്മിലുള്ള ബന്ധം, ബൗദ്ധികമായ തത്വചിന്തകൾ എന്നിവയെല്ലാം ചേർന്ന പ്രത്യശാസത്രം ഈ കഥകൾക്കുള്ളിൽ നിലകൊള്ളുന്നുണ്ട്. പഞ്ചതന്ത്രകഥകൾ മലയാള സാഹിത്യത്തിൽ ഏറെ പ്രശസ്തമായ ഒന്നായതിനാലാണ് അവയെ ഇവിടെ പരാ

മർശിച്ചത്. ഈസോപ്പ് കഥകളിലും റഷ്യൻ നാടോടി കഥകളിലും ജനപ്രിയ ബാലമാസികകളിലെ കഥകളിലും മതപരമായ കഥകളിലും ആവിഷ്ക്കരിക്കപ്പെടുന്ന ആശയങ്ങൾ മതസങ്കൽപ്പങ്ങളിലോ ധാർമികസംഹിതകളിലോ വീരനായകപരിവേഷങ്ങളിലോ ഉൾപ്പെടുന്നവയായിരിക്കുമെന്നും നിസംശയം പറയാം. അതുപോലെ സാമൂഹികമായ വാർത്തെടുക്കലിന്റെ ചിഹ്നങ്ങളും നിശബ്ദമായി കടന്നു വരുന്നു.

ഉപസംഹാരം

ആഗോളതലത്തിൽ ഫോക് ലോർ മ്യൂസിയങ്ങളും സാംസ്കാരിക പ്രവർത്തനങ്ങളും സജ്ജമായതോടെ നാടോടി സംസ്കാരം കൂടുതൽ ജനകീയമായി. ലോകമെമ്പാടും നടക്കുന്ന നാടോടി ഉത്സവങ്ങൾ അതത് പ്രദേശത്തിന്റെ സാംസ്കാരിക ബഹുസ്വരത അഭിമാനത്തോടെയും ആവേശത്തോടെയും അവതരിപ്പിക്കുന്നു. നാടോടിക്കഥകളുടെ ഭാവുകത്വവും എല്ലാവിധ ഫോക് സംസ്കാരികാനുഭൂതികളുമായി ചേർന്നാണ് നിലക്കൊള്ളുന്നത്. വിനിമയ/വിജ്ഞാന മേഖലയിൽ നാടോടി സംസ്കാരം എല്ലാവിധ സാമൂഹിക പ്രതിപാദ്യങ്ങളെയും ഉൾക്കൊള്ളുന്നുണ്ട്. ലോകസാഹിത്യത്തിൽ മാനവസമൂഹത്തിന്റെ ജൈവചോദനകൾക്ക് ഏറെ പ്രാധാന്യം നൽകിയിട്ടുള്ള സാഹിത്യവിഭാഗമായിട്ടാണ് നാടോടി സാഹിത്യം അറിയപ്പെടുന്നത്. ജീവിതത്തിന്റെ അടിസ്ഥാനതലങ്ങളെ സ്പർശിക്കുന്ന വിഷയങ്ങൾ, കാർഷിക സംസ്കാരം, ധർമ്മ സംഹിതകൾ, ആചാരാനുഷ്ഠാന നിഷ്ഠകൾ, വീരനായകന്മാർ, സുന്ദരാംഗനകൾ, വീരനായികമാർ, ചരിത്ര പുരുഷന്മാർ, തൊഴിലാളികൾ, പ്രാദേശിക മിത്തുകൾ... എന്നിവ ദേശവ്യത്യസങ്ങളോടുകൂടി തന്നെ പല സംസ്കാരങ്ങളിലേയ്ക്ക് സംക്രമിക്കുകയും സ്വീകരിക്കുകയും ചെയ്യുന്നു. സാഹിത്യസംബന്ധിയായ ഈടുറ്റ കർത്തവ്യങ്ങൾ പ്രത്യക്ഷത്തിൽ ഉൾക്കൊള്ളുന്നില്ലെങ്കിൽ പോലും ഇവയ്ക്ക് കൃത്യമായ സാംസ്കാരിക കർത്തവ്യങ്ങളുണ്ട്. ഭക്തി സങ്കല്പങ്ങളായും രാഷ്ട്രീയ നിതീകരണങ്ങളായും സാമൂഹികനിയതികളെ കൃത്യമായി രേഖപ്പെടുത്തുന്നു. അനുവാചകനിലേയ്ക്ക് വേഗത്തിൽ ആശയപ്രസരണം നടത്തുന്ന ഭാവുകത്വതലം, മൂല്യബോധന പരിചരണം, മൂർത്തമായ പ്രതിപാദനം, കഥാപാത്രാവിഷ്ക്കാരം എന്നിവയിൽ പുലർത്തുന്ന പൊതു കാല/ദേശാതീതമായ വ്യക്തിത്വം നാടോടിക്കഥകളുടെ ബഹുസ്വരതയെ സൂചിപ്പിക്കുന്നു. മധ്യകാല സമൂഹം നേരിട്ട വെല്ലുവിളികളും അസ്ഥിരതയും സാമ്പത്തിക പ്രതിസന്ധി

കളും ഈ കൊച്ചുകഥകളുടെ പാഠത്തിലൂടെ ലോകവിനിമയം സാധ്യമാക്കിയതിന്റെ അനുരണങ്ങൾ മലയാളത്തിലെ നാടോടിക്കഥകളിലും പ്രതിഫലിച്ചിച്ചുണ്ട്. ഇന്ത്യയിൽ മധ്യകാലഘട്ടത്തിൽ രൂപപ്പെട്ടു വന്ന ഭക്തിസംസ്കാരത്തെ പ്രചോദിപ്പിക്കുന്ന കഥകൾക്ക് ഹൈന്ദവദർശനങ്ങളോടായിരുന്നു ആഭിമുഖ്യം. സ്വാതന്ത്ര്യാനന്തരമാണ് ഇന്ത്യയിൽ നാടോടിക്കഥകളുടെ മൂലപാഠത്തിന്റെ യുക്തികളെ സംബന്ധിച്ച അക്കാദമികപഠനങ്ങൾ ഇതര വൈജ്ഞാനിക വിഷയങ്ങളുമായി ബന്ധിപ്പിച്ചു തുടങ്ങുന്നതും സജീവമാകുന്നതും. മലയാളത്തിലെ പഞ്ചതന്ത്രകഥകളെ ആസ്പദമാക്കി മുൻ പ്രതിപാദിച്ചതുപോലെ വ്യവസ്ഥാപിത തത്വങ്ങൾ സമന്വയിച്ച ഉദ്ദേശാധിഷ്ഠിത ആഖ്യാനങ്ങളായും നാടോടിക്കഥകളെ വായിക്കേണ്ടതുണ്ട്, അതിലൂടെ മാത്രമേ സാമൂഹ്യകർത്തവ്യനിർവഹണത്തിലെ പങ്ക് വെളിപ്പെടുകയുള്ളു. നാടോടിക്കഥകളുടെ ജനപ്രിയതയ്ക്കും ബഹുസ്വരതയ്ക്കും നിദാനം മാനവ സമൂഹത്തെ പാരസ്പര്യത്തിലാക്കുന്ന എല്ലാവിധ ബഹുസ്വരഘടകങ്ങളെയും ഉൾക്കൊള്ളാനും പരിവർത്തിപ്പിക്കാനുമുള്ള ശേഷിയാണ്.

സഹായഗ്രന്ഥങ്ങൾ

1. പരമേശ്വരൻ പിള്ള, എരുമേലി, 1996.
മലയാള സാഹിത്യം കാലഘട്ടങ്ങളിലൂടെ;
കോട്ടയം, കറൻറ് ബുക്സ്.
2. വിഷ്ണു നമ്പൂതിരി, എം. വി., 2007.
ഫോക്‌ലോർ ചിന്തകൾ, തൃശ്ശൂർ പൂർണ്ണ പബ്ലിക്കേഷൻസ്
3. വിഷ്ണു നമ്പൂതിരി, എം. വി., 2008.
ഫോക്‌ലോറും ജനസംസ്കാരപഠനവും;
തിരുവനന്തപുരം, കേരള ഭാഷാ ഇൻസ്റ്റിറ്റ്യൂട്ട്.
4. സുമംഗല, 2011. പഞ്ചതന്ത്രകഥകൾ;
കോട്ടയം, ഡി. സി ബുക്സ്

OO

5

ഇരുളരുടെ ജീവിതം: ഭാഷ, അനുഷ്ഠാനം, അചാരം, ആഘോഷം

സ്നേഹ ബാലൻ

പ്രകൃതിയോടും മണ്ണിനോടും സഹവസിച്ചുകൊണ്ട് ആർജ്ജിച്ചെടുത്തവയാണ് ആദിവാസികളുടെ ജീവിതവും സംസ്കാരവും. പ്രകൃതിയെയും മണ്ണിനെയും സംരക്ഷിക്കുക വഴി ഒരു സംസ്കാരത്തെ തന്നെയാണ് ആദിവാസികൾ കാത്തുസൂക്ഷിക്കുന്നത്. മസനോബു ഫുക്കുവോക്കാ പറയുന്നു; 'പ്രകൃതി നശിപ്പിക്കപ്പെടുമ്പോൾ ഈശ്വരനും നശിക്കുകയാണ്. ഈ ലോകം എത്ര പുരോഗമിക്കുന്നുവോ സംസ്കാരം എത്ര പരിഷ്കൃതമാകുന്നുവോ, അത്ര വലുതായിരിക്കും പ്രകൃതിയുടെയും ഈശ്വരൻറെയും നാശം.' 1 എങ്ങനെ പരിസ്ഥിതിക്കിണങ്ങി ജീവിക്കാമെന്ന പാഠം ആദിവാസികളുടെ സംസ്ക്കാരവും ജീവിതവും ആചാരാനുഷ്ഠാനങ്ങളും പൊതു സമൂഹത്തെ പഠിപ്പിക്കുന്നു.

നമ്മുടെ സാംസ്ക്കാരിക തനിമയുടേയും ആചാരാനുഷ്ഠാനങ്ങളുടേയും അടിവേരുകൾ തേടിയുള്ള ഏത് അന്വേഷണവും ചെന്നെത്തുന്നത് ആദിവാസി വർഗ്ഗങ്ങളുടെ ജീവിതത്തിലാണ്. എന്നാൽ ഇന്ന് ആധുനീകരണത്തിൻറെ കടന്നുകയറ്റത്തിലൂടെ ആദിവാസികളുടെ സാംസ്ക്കാരികപശ്ചാത്തലത്തിനു തന്നെ അതിവേഗം അപഭ്രംശങ്ങൾ സംഭവിച്ചു കൊണ്ടിരിക്കുന്ന ഒരു കാഴ്ചയാണ് നാം കാണുന്നത്.

'ശാസ്ത്രസാങ്കേതികവിദ്യയുടെ വളർച്ച മനുഷ്യർ തമ്മിലുള്ള സമ്പർക്കങ്ങൾക്ക് ആക്കം കൂട്ടി വിദൂരത്തിലിരിക്കുന്നവരെ നേരിൽ കണ്ട് സംഭാഷണം നടത്താനുള്ള സംവിധാനങ്ങൾ വരെ ഇന്നു നിലവിലുണ്ട്. എന്നാൽ സമീപത്തുള്ള പലതിനെയും തിരിച്ചറി

യാൻ കഴിയുന്നില്ല.' 2 ഇത്തരത്തിൽ തിരിച്ചറിയപ്പെടാതെ അവഗണിക്കപ്പെട്ട ജനതയാണല്ലോ ആദിവാസികൾ. പ്രത്യേകിച്ചും കേരളത്തിലെ ന്യൂനപക്ഷ ആദിവാസി ജനവിഭാഗമായ ഇരുളർ സമുദായം അന്യം നിന്നുപോവുകയാണ്. ഇന്ന് പലവിധകാരണങ്ങളാൽ കേരളത്തിലെ ആദിവാസി വിഭാഗമായ ഇരുളരുടെ ജീവിതത്തെക്കുറിച്ചുള്ള പഠനങ്ങൾ ഇല്ലെന്നുതന്നെ പറയാം ഇത്തരമൊരു സാഹചര്യത്തിലാണ് പ്രസ്തുത പഠനത്തിന് പ്രസക്തി ഏറുന്നത്. ദുർഗമമായ ഭൂപ്രദേശങ്ങളിൽ വസിക്കുന്ന ഇരുളരുടെ ഭാഷയും ആചാരാനുഷ്ഠാനങ്ങളും എല്ലാം മനസ്സിലാക്കികൊണ്ട് മാത്രമേ അവരുടെ ജീവിതത്തിന്റെ ഉള്ളറകളിലേക്ക് എത്തിച്ചേരുവാൻ സാധിക്കുകയുള്ളൂ.

ദക്ഷിണേന്ത്യയിലെ ദ്രാവിഡ ഗിരിവർഗ്ഗവിഭാഗമാണ് ഇരുളർ. മുഖ്യമായി കേരളത്തിലെ പാലക്കാട് ജില്ലയിലും കർണ്ണാടക സംസ്ഥാനത്തിലും ജീവിച്ചുവരുന്നു. തദ്ദേശവാസികൾ തങ്ങളുടെ വാസസ്ഥലങ്ങളിലേക്ക് കടന്നുകയറിയപ്പോൾ ഇരുളർ അവരുടെ വനമേഖലകൾ ഒന്നിൽനിന്നു മറ്റൊന്നിലേക്കു മാറ്റി. ചെറുമൃഗങ്ങളെ വേട്ടയാടിയും കൃഷി ചെയ്തുമാണ് ഇരുളർ ഉപജീവനം ചെയ്തിരുന്നത്. ഭൂസ്വത്തുക്കളുടെ അന്യാധീനപ്പെടൽ മൂലം ഇരുളർ മറ്റ് ആദിവാസിവിഭാഗങ്ങളെപ്പോലെ കർഷകതൊഴിലാളികളായി മാറിക്കൊണ്ടിരിക്കുകയാണ്. ആദ്യകാലങ്ങളിൽ ഗുഹകളിൽ കഴിഞ്ഞിരുന്ന ഇവർ പിന്നീട് മണ്ണും കല്ലും ഉപയോഗിച്ച് കെട്ടിയ കുടിലുകളിൽ താമസമാക്കി. റാഗി, കടുക്, ധാന്യങ്ങൾ, പയറുവർഗ്ഗങ്ങൾ എന്നിവയാണ് ഇരുളരുടെ പ്രധാന കൃഷി. കന്നുകാലി പരിപാലനമാണ് മറ്റൊരു വരുമാനമാർഗ്ഗം. തേൻ, കുന്തിരിക്കം, വിറക് തുടങ്ങിയ വനവിഭവങ്ങളും ശേഖരിക്കുന്നു.

ഇരുളരുടെ ഉത്ഭവത്തെപ്പറ്റിയോ ഗോത്രങ്ങളെപ്പറ്റിയോ പഠനങ്ങളില്ല. എന്നിരുന്നാലും ഗോത്രവ്യവസ്ഥ നിലനിന്നുപോരുന്നു. ഗോത്രത്തലവനായ മൂപ്പന് കീഴിൽ ഭണ്ഡാരി, കുരുത്തല എന്നീ സ്ഥാനങ്ങളാണുള്ളത്. ഇവർക്ക് യജമാനൻ, ഗാഡൻ എന്നീ പേരുകളാണ് ചിലയിടങ്ങളിൽ പരാമർശിക്കുന്നത്. പൂജാരിയെ മണ്ണുമ്മക്കാരൻ എന്നു വിളിക്കും. പ്രകൃതിയെ ആരാധിക്കുന്ന പതിവുരീതി ഇന്നും നിലനിൽക്കുന്നു.

ജനനം മുതൽ മരണം വരെയുള്ള ജീവിതത്തിൻറെ വിവിധഘട്ടങ്ങളിൽ ചെയ്യേണ്ട ആചാരാനുഷ്ഠാനങ്ങൾ ഇരുളർക്കിടയിലുണ്ട്. ഐഹികമായ ജീവിതശുദ്ധീകരണമാണ് അവയുടെ ലക്ഷ്യം. ഇരു

ളർ ആദ്യകാലങ്ങളിൽ മരുമക്കത്തായ സമ്പ്രദായമാണ് പിന്തുടർന്നിരുന്നത്. ഇപ്പോൾ മക്കത്തായക്കാരാണ്. തറവാട്ടു കാരണവരുടെ നേർക്കുള്ള ഭക്തി, പരസ്പരവിശ്വാസം, സ്നേഹത്തിൽ അധിഷ്ഠിതമായ ജീവിതരീതി എന്നീ മരുമക്കത്തായ കുടുംബങ്ങളുടെ പ്രത്യേകതകളെല്ലാം ഇരുളർ കുടുംബങ്ങളെ ശ്രദ്ധേയമാക്കുന്നു.

ഗർഭകാലം അടുക്കുമ്പോൾ സ്ത്രീയുടെ വീടിനടുത്ത് ഒരു കൂടാരം സ്ഥാപിക്കുന്നു. മന്ത്രവാദത്തിൽ പ്രാവീണ്യമുള്ള പ്രായമായ സ്ത്രീകൾ ഗർഭിണിയായ സ്ത്രീയെ സന്ദർശിക്കണം. കുട്ടി ജനിക്കുമ്പോൾ കുട്ടിയുടെ അമ്മായി ഒരു ഗ്ലാസ്സ് വെള്ളമെടുത്ത് കുട്ടിയുടെ മേൽ തളിക്കുന്നു. ഏഴു ദിവസത്തേക്ക് കൂടാരത്തിലേക്ക് ആരും പോകരുത്. ഏഴാംദിവസം കുട്ടിക്കു പേരിട്ടുകഴിഞ്ഞാൽ പിന്നീട് മൂന്നു മാസത്തേക്ക് മാതാപിതാക്കൾ ഒഴികെ മറ്റാരും കുട്ടിയെ തൊടാൻ പാടില്ല. 12 മുതൽ 18 വയസ്സുവരെയുള്ള പ്രായപരിധിക്കുള്ളിൽ വിവാഹം നിശ്ചയിക്കുന്നു. ഇരുളർ ഗോത്രത്തിലെ ഒരേ വംശത്തിൽപെട്ടവർ തമ്മിൽ വിവാഹം നടത്തില്ല. വിവാഹത്തിന് വരൻ 'പരിയം' (പെൺപണം) കൊടുക്കുന്ന പതിവുണ്ട്. വധൂപിതാവിന്റെ അഭാവത്തിൽ മൂത്ത സഹോദരൻ പരിയം വാങ്ങും. താലികെട്ടാണ് പ്രധാന ചടങ്ങ്. മൂപ്പൻ താലി എടുത്ത് കഴുത്തിൽ വയ്ക്കുകയും വരൻ അത് മുറുക്കെ കെട്ടുകയും ചെയ്യുന്നു.

കരിയാട്ടമെന്ന സംഘനൃത്തമാണ് ഇരുളരുടെ മുഖ്യകലാവിശേഷം. മരണം നടന്ന വീടിനു മുന്നിൽ നൃത്തവും പാട്ടും പതിവാണ്. ഈ ആഹ്ലാദപ്രകടനം 'ശപ്രയാട്ടം' എന്നാണ് അറിയപ്പെടുന്നത്. ഒരാൾ മരിച്ചുകഴിഞ്ഞാൽ വിലാപവും കരച്ചിലും നടത്താൻ പാടില്ല എന്നാണ് ഇരുളരുടെ പ്രമാണം. മൂന്നു ദിവസത്തിനുശേഷം മൃതദേഹം സംസ്കരിക്കും. അതുവരെ ശപ്രയാട്ടം തുടരും. ശവസംസ്കാരത്തിനു ശേഷം തോടിന്റെ തീരത്തിരുന്ന് ഭക്ഷണം വിളമ്പുന്ന പതിവും ഇരുളർക്കിടയിലുണ്ട്. മരണാനന്തരം മറ്റൊരു ജീവിതമുണ്ടെന്നും അവർ വിശ്വസിക്കുന്നു. അവരെ ഇരുട്ടിൽ നിന്നും വെളിച്ചത്തിലേക്ക് നയിക്കുമെന്നും അവർ കരുതുന്നു.

പ്രാചീന സംസ്കാരത്തിൽ അടിയുറച്ച വിശ്വാസസംഹിതയുടെ ആവിഷ്കരണമാണ് ഇരുളജീവിതത്തിന്റെ ആചാരാനുഷ്ഠാനങ്ങളിലും നിഴലിച്ചുകാണുന്നത്. 'ആദിവാസി സംസ്ക്കാരവും ദളിത് സംസ്ക്കാരവും ക്രൈസ്തവ സംസ്ക്കാരവും ട്രാൻസ്ജെൻഡർ സംസ്കാരവുമെല്ലാം ചേർന്നതാണ് കേരള സംസ്ക്കാരം. എന്നാൽ നാം ഇതു പരിചയിച്ചിട്ടില്ല. ഉന്നതകുലജാതൻ എന്നു വിളിക്കപ്പെ

ടുന്നവരുടെ പണം ഉള്ളവന്റെ വെളുത്തവന്റെ സംസ്ക്കാരം മാത്രമാണ് സംസ്ക്കാരം എന്ന് നാം ധരിച്ചുവെച്ചിരിക്കുന്നു. ഇനി ആ ധാരണ പൊളിക്കേണ്ടിയിരിക്കുന്നു.'

3 സംസ്ക്കാരത്തിൽ അധിഷ്ഠിതമായ ആചാരാനുഷ്ഠാനങ്ങളുമായി ബന്ധപ്പെട്ടുകൊണ്ടാണ് ഇരുളരുടെ ജീവിതം രൂപപ്പെട്ടിട്ടുള്ളത്. ജീവിതസാഹചര്യങ്ങൾ അവർക്കു നൽകുന്ന സമ്മർദ്ധങ്ങളെയും പ്രതിസന്ധികളെയും അതിജീവിക്കുവാൻ ഉതകുന്നവയാണ് ഇരുളർക്കിടയിലെ ആചാരങ്ങളും അനുഷ്ഠാനങ്ങളും വിശ്വാസങ്ങളുമെല്ലാം.

കുറിപ്പുകൾ

1. ഫ്രാൻസിസ് കാരക്കാട്ട്, മലയാളികളുടെ ടെൻഷൻ, ഡോൺബോസ്ക്കോ പബ്ലിക്കേഷൻസ്, 2010 പുറം 232

2. ഡോ. സി. സീലിയ തോമസ്. പി., കേരളത്തിലെ ആദിവാസികളുടെ ജീവിതവും സംസ്ക്കാരവും, പുറം 6.

3. ഡോ. അജു കെ. നാരായണൻ ആധുനികതയുടെ അപരങ്ങൾ, ആദിവാസി ദളിത്ജീവിതവും പ്രതിരോധവും, പുറം 16

സഹായഗ്രന്ഥങ്ങൾ

1. ദാസ് കെ.കെ. എസ്., ദളിത് പ്രത്യയശാസ്ത്രം, തിരുവനന്തപുരം, കേരളഭാഷ ഇൻസ്റ്റിറ്റ്യൂട്ട്, രണ്ടാംപതിപ്പ്, ഒക്ടോബർ 2014

2. പ്രശാന്ത് കൃഷ്ണൻ എ.എസ്. ഡോ., ഒഴിച്ചുനിർത്തപ്പെട്ടവർ, തിരുവനന്തപുരം, കേരളഭാഷ ഇൻസ്റ്റിറ്റ്യൂട്ട്, ഏപ്രിൽ 2013.

3. ഫ്രാൻസിസ് കാരക്കാട്ട്, മലയാളികളുടെ ടെൻഷൻ, ഡോൺബോസ്ക്കോ പബ്ലിക്കേഷൻസ്, 2010

4. മിനി പി.വി., ഗോത്രജീവിതം, തിരുവനന്തപുരം, കേരളഭാഷ ഇൻസ്റ്റിറ്റ്യൂട്ട്, ഒക്ടോബർ 2015.

5. ശാന്താ തുളസീധരൻ, കേരളത്തിലെ ആദിവാസി സംസ്ക്കാരങ്ങൾ, സമ്പൂർണ്ണ പഠനം, തിരുവനന്തപുരം, കേരളഭാഷ ഇൻസ്റ്റിറ്റ്യൂട്ട്, ജൂലൈ 2016

6. സീലിയ തോമസ് പി.സി. ഡോ., കേരളത്തിലെ ആദിവാസികളുടെ ജീവിതവും സംസ്ക്കാരവും, ഡി.സി. ബുക്സ്, കോട്ടയം.

7. സൗമ്യ ബേബി, ഡോ., ആദിവാസി ദളിത് ജീവിതവും പ്രതിരോധവും, ന്യൂഡൽഹി പൈഡീയ ബുക്സ്. ഡിസംബർ 2020

OO

6

പഴഞ്ചൊല്ലിലെ സ്ത്രീവിരുദ്ധ സങ്കല്പം

അജീഷ തോമസ്

വിശേഷമായ ഒരു കാര്യത്തെ സാമാന്യമായ ഒരു കാര്യം കൊണ്ട് തെളിയിക്കലാണ് പഴഞ്ചൊല്ലിൽ നടക്കുന്നത്. മുൻകാല ജീവിതാനുഭവങ്ങൾ കൊണ്ട് ആധികാരികമാക്കപ്പെട്ടവയാണ് പഴഞ്ചൊല്ലുകൾ. പറയുന്ന ആളെ പിന്തുണയ്ക്കുന്നതും അത് കേൾക്കുന്ന ആൾക്ക് ഉപദേശവും എന്ന ലക്ഷ്യത്തോടെ ഭൂതകാല സമൂഹത്തെ ഗാഢമായി ഉൾക്കൊള്ളുന്നവയാണ് അവ. 'പഴഞ്ചൊല്ലുകളിൽ പതിരുണ്ടെങ്കിൽ പശുവിൻ പാലും കയ്ക്കും' എന്നതും പഴഞ്ചൊല്ലുകളുടെ ദൃഢതയെ വെളിപ്പെടുത്തുന്നുണ്ട്. സമൂഹത്തിന്റെ ഓരോ ചലനത്തെയും വിമർശനബുദ്ധിയോടു കൂടി നോക്കിക്കാണുകയും സത്യാവസ്ഥകളെ മനസ്സിലാക്കി ആ സത്യത്തെ വർത്തമാനകാലത്തിൽ ഉപയോഗിക്കുകയും ആണ് പഴഞ്ചൊല്ലുകളിലൂടെ നടക്കുന്നത്.

കൂട്ടായജീവിതത്തിൽ മേൽക്കൈ കിട്ടിയ വർഗ്ഗത്തിന്റെ സൃഷ്ടിയാണ് പഴഞ്ചൊല്ലുകൾ എന്നത് നിസ്സംശയം പറയാം. ഒരു സമൂഹം പുരുഷ കേന്ദ്രീകൃതമാണെങ്കിൽ ആ സമൂഹത്തിന്റെ മുഖമുദ്ര എന്നത് തീർച്ചയായും സ്ത്രീവിരുദ്ധത തന്നെ ആയിരിക്കും. ഇത്തരത്തിൽ സമൂഹം തന്നെ സ്ത്രീവിരുദ്ധതയെ പ്രകടിപ്പിക്കുന്ന ഒരു അവസരത്തിൽ പഴഞ്ചൊല്ലുകൾ എങ്ങനെയാണ് സ്ത്രീവിരുദ്ധ പ്രകടമാകുന്നത് എന്നതിനെക്കുറിച്ചുള്ള പഠനത്തിന് പ്രസക്തിയേറുന്നു. പുരുഷകേന്ദ്രീകൃതമായ സമൂഹത്തിന്റെ പൊതുതാത്പര്യങ്ങൾക്കനുസരിച്ച് നിർമ്മിക്കപ്പെട്ടവ തന്നെയാണ് പഴഞ്ചൊല്ലുകൾ. അതിനാൽ അവയിൽ സ്ത്രീയെ കേവലം ശരീരാസ്പദമായിട്ടാണ് ചിത്രീകരിക്കുന്നത്. സ്ത്രീകൾ അനുഭവിക്കുന്ന അസ്വാതന്ത്ര്യം, ലൈംഗീകപരമായ ചൂക്ഷണങ്ങൾ, ലിംഗ അസമത്വം തു

ടങ്ങിയവയുടെയെല്ലാം അന്തർധാര പഴഞ്ചൊല്ലിൽ അധിഷ്ഠിതമാണ്.

'അബലമാരതി ചപലമാർ' എന്ന പഴഞ്ചൊല്ലിൽ സ്ത്രീകളെ ഒരേസമയം അബലയും ചപലയുമായി തരംതാഴ്ത്തുകയാണ്. പെൺകുട്ടികൾ ജനിക്കുന്നത് സ്ത്രീയുടെ കുറ്റമായി, കുറവായി, വലിയൊരു അപരാധമായി പരിഗണിച്ചു കൊണ്ടിരുന്ന ഒരു സമൂഹത്തിന്റെ സൃഷ്ടിയാണ് 'പതിച്ചിയുടെ കുറ്റമോ കുട്ടി പെണ്ണായിപ്പിറന്നത്' എന്ന പഴഞ്ചൊല്ല്. എട്ടാമത്തെ പെണ്ണ് നടുക്കല്ല് പൊളിക്കും, പെൺപെറ്റ വീട് പോലെ, പെണ്ണാകുന്നതിൽ ഭേദം മണ്ണ് ആവുന്നത്, എന്നിങ്ങനെ സ്ത്രീയെ എത്രമാത്രം നികൃഷ്ടമായിട്ടാണ് പുരുഷകേന്ദ്രീകൃതസമൂഹം വീക്ഷിച്ചിരുന്നത് എന്ന് വ്യക്തമാക്കുന്ന പഴഞ്ചൊല്ലുകളാണ് ഇവയെല്ലാം. പെൺകൊട പുരപ്പണി നമ്പൂതിരിമാർക്ക് നാശം വരുത്തുമെന്ന് പ്രഖ്യാപിക്കുന്ന പഴമൊഴി മുന്നോട്ടു വയ്ക്കുന്നതും സ്ത്രീവിരുദ്ധത തന്നെയാണ്.

പെൺബുദ്ധി പിൻബുദ്ധി, പെൺച്ചൊല്ല് കേട്ടാൽ പെരുവഴിയിൽ, സ്ത്രീകളുടെ മുടിക്ക് നീളം കൂടും പക്ഷേ ബുദ്ധിക്ക് നീളം കുറയും, മുലയുള്ള പെണ്ണിന് തലയില്ല എന്നീ പഴഞ്ചൊല്ലുകളിൽ സ്ത്രീകൾ മന്ദബുദ്ധികൾ ആണെന്ന ഒരു ആശയവും അവരുടെ മനസ്സിനെയും ബുദ്ധിയെയും വളരെയധികം തരംതാഴ്ത്തിക്കാണുന്ന ഒരു പ്രവണതയും ദർശിക്കാൻ സാധിക്കുന്നുണ്ട്. അന്ന് പിറന്ന് അന്നു ചത്താലും ആണിനെ പെറണം, ആൺപൂയം അമൃതൂട്ടും, ആളുണ്ടായിട്ടെന്തിനാ ആണുണ്ടാകണം തുടങ്ങിയ പഴഞ്ചൊല്ലുകൾ എല്ലാംതന്നെ പുരുഷമേധാവിത്വത്തിന്റെ അടയാളങ്ങളാണ്. പുരുഷന് മാത്രം മൂല്യം നൽകുന്ന സംസ്കാരത്തിന്റെ പ്രതീകമായാണ് ഈ പഴഞ്ചൊല്ലുകൾ നിലനിൽക്കുന്നത്. പുരുഷൻ മാത്രമാണ് ഐശ്വര്യത്തെ കൊണ്ടുവരുന്നവൻ എന്ന അർത്ഥത്തിൽ സ്ത്രീയെ സമൂഹം ഇകഴ്ത്തി കാണിക്കാൻ ശ്രമിക്കുന്നുണ്ട്.

സ്ത്രീശരീരത്തെ വെറുമൊരു ഭോഗവസ്തു എന്ന നിലയിൽ കണക്കാക്കുന്ന പഴഞ്ചൊല്ലുകളും സുലഭമാണ്. ഉണ്ട രുചിയറിഞ്ഞവനും പെണ്ണുരുചിയറിഞ്ഞവനും വിടില്ല, എല്ലിന്റേടേലേ ഇറച്ചിയും ചെറുക്കന്റെടേലെ പെണ്ണും സമം. ഈ പഴഞ്ചൊല്ലുകളിൽ ഉപയോഗിക്കുന്ന ഉണ്ടരുചി - പെണ്ണുരുചി, ഇറച്ചി - പെണ്ണ് എന്നീ പദങ്ങളിലെല്ലാം സ്ത്രീയെ വെറുമൊരു ശരീരം മാത്രമായി കാണുകയും പുരുഷന് അവന്റെ ഇച്ഛയ്ക്കൊത്ത് ഉപയോഗിക്കുവാനുമുള്ള ഒരു സാധനം മാത്രമായി പരിഗണിക്കുകയും ചെയ്യുന്നു. പുരുഷന് ത

ന്റെ അധികാരവും അവകാശവും അടിച്ചേൽപ്പിക്കുവാനും ശാരീരികവും മാനസികവുമായി വേദനിപ്പിക്കാനുമുള്ള ഒന്നായി സ്ത്രീയെ പഴഞ്ചൊല്ലുകൾ അവതരിപ്പിക്കുന്നു. പെണ്ണിനെയും മണ്ണിനെയും ദണ്ഡിപ്പിച്ചാൽ ഗുണം, കഴുതയ്ക്ക് ഭാര്യയായിട്ട് തൊഴിക്കുന്നത് ഭയപ്പെട്ടാലോ, ആണിനും തൂണിനും അടങ്ങാത്തവൾ, മരുമകളെ പേടിപ്പിക്കാൻ മകളെ അടിക്കുക, ഉറക്കെ ചിരിക്കുന്നവളെ ഉലക്ക കൊണ്ടടിക്കണം എന്നിവയിൽ പുരുഷനെ ശിക്ഷകനായും ശിക്ഷ ഏറ്റുവാങ്ങേണ്ടവളായി സ്ത്രീയെയും അവതരിപ്പിച്ചുകൊണ്ട് നീതിരാഹിത്യത്തിന്റെ സാക്ഷ്യപത്രമായി ഈ പഴഞ്ചൊല്ലുകൾ മാറുന്നു. സ്ത്രീയെക്കുറിച്ചുള്ള പുരുഷന്റെ കാഴ്ചപ്പാടുകൾ ആണ് ഈ പഴഞ്ചൊല്ലുകളിൽ എല്ലാം കാണാൻ സാധിക്കുന്നത്.

അകത്തളങ്ങളിൽ മാത്രം ഒതുങ്ങിക്കൂടേണ്ടവളായി സ്ത്രീയെ അടുക്കളയുടെ കരിപുരണ്ട ലോകത്തിൽ അടച്ചിട്ടതും ഇതേ പുരുഷാധിപത്യം തന്നെയാണ്. ആലത്തൂരുരലും വീട്ടി ഉലക്കയും ചീനത്തമ്മിയും വീട്ടിലൊരുത്തിയും, നനഞ്ഞ വിറകും മൂത്തിട്ട് കെട്ടുന്ന പെണ്ണും ഉതകില്ല എന്നീ പഴഞ്ചൊല്ലുകളിൽ സ്ത്രീയെ അചേതന വസ്തുക്കളോട് താരതമ്യപ്പെടുത്തുന്നതായി നമുക്ക് കാണാൻ സാധിക്കും. ഭൗതികസുഖം നൽകുന്ന വസ്തുക്കളോടാണ് സ്ത്രീയെ ഇവിടെ ഉപമിച്ചിരിക്കുന്നത്. അകത്തളങ്ങളിൽ അടയ്ക്കപ്പെട്ടവൾ ആണെങ്കിലും വീടിനുള്ളിൽ സ്ത്രീയുടെ സ്ഥാനം എവിടെ എന്ന് മനസ്സിലാക്കിത്തരുന്ന ഒരു പഴഞ്ചൊല്ല് ആണ് 'അമ്മ ഉറിമേലും പെങ്ങൾ കീഴിലും ഓൾ ഉരലിലും' എന്നത്. പുരുഷനുവേണ്ടി വെച്ചുവിളമ്പാനുള്ള ഒരു അടുക്കളപാത്രം മാത്രമാണ് പഴഞ്ചൊല്ലുകളിൽ സ്ത്രീ.

അകത്തൊരു പെണ്ണ് ഉണ്ടെങ്കിൽ അകത്തൊരു തീയാണ് എന്ന ചൊല്ലിലൂടെ പെൺകുട്ടി വീട്ടിൽ ഒരു ബാധ്യതയാണെന്ന കാഴ്ചപ്പാടും സമൂഹം നിർമ്മിച്ചെടുക്കുന്നുണ്ട്. സ്ത്രീയുടെ അനേകം ജീവിതാവസ്ഥകളുടെ ഇടയിൽ മാതാവ് എന്ന ഒരു സ്ഥാനത്തിനു മാത്രം കൽപ്പിക്കപ്പെട്ടിരിക്കുന്ന ആരാധനാബിംബം തികച്ചും ഒരു പ്രഹസനം തന്നെയല്ലേ എന്ന ഒരു ചോദ്യത്തിന് പ്രസക്തിയുണ്ട്. കാരണം സ്ത്രീയുടെ മറ്റ് അവസ്ഥകളെയെല്ലാം തമസ്കരിച്ച് മാതൃത്വത്തെ ഉയർത്തിക്കാണിക്കുന്നതിന് പിന്നിൽ പുരുഷമേധാവിത്വ താൽപര്യം ഒളിഞ്ഞിരിപ്പുണ്ട്. പുരുഷന് അവന്റെ വംശം നിലനിർത്താൻ ഉതകുന്ന, മക്കളെ പെറ്റുപോറ്റുന്നവർ മാത്രമാണ് അമ്മയെന്ന ധാരണ പഴഞ്ചൊല്ലുകളിലൂടെ സൃഷ്ടിക്കപ്പെടുന്നുണ്ട്.

ഫോക്‌ലോർ വായനകൾ

കൂട്ടായ്മയുടെ അനുഭവങ്ങളിൽ നിന്നും ഉരുത്തിരിഞ്ഞുവരുന്ന ജീവിത പൊരുളുകൾ തന്നെയാണ് പഴഞ്ചൊല്ലുകൾ. ആ പഴഞ്ചൊല്ലുകളിൽ സ്ത്രീവിരുദ്ധതയുടെ സ്വരമുണ്ടെന്നുള്ള ഒരു നിരീക്ഷണം ഇവിടെ പൂർണമല്ല. എങ്കിലും ഓരോ പഴഞ്ചൊല്ലിനും ഓരോ കൂട്ടായ്മയും നൽകുന്ന അർത്ഥം എന്താണെന്ന് മനസ്സിലാക്കുവാൻ കഴിയണം.

സഹായക ഗ്രന്ഥങ്ങൾ

1. ഫോക്‌ലോറിന്റെ സൗന്ദര്യശാസ്ത്രം
-ഡോ. സോമൻ കടലൂർ
2. മലയാള പഴഞ്ചൊല്ലുകൾ - പൈലോപോൾ ബി.ഏ.
3. മലയാള മനോരമ പഠിപ്പുര 2006
സെപ്റ്റംബർ 8-ലെ ലേഖനം

൦൦

7

പരിചമുട്ടുകളി; സ്വരൂപവും പരിണാമവും

ഡോ. സിബി കുര്യൻ

ഒരു ജനതയുടെ സംസ്കാരത്തെയും പാരമ്പര്യത്തെയും ഏറ്റവും പ്രകടവും സൂക്ഷ്മവുമായ വിധത്തിൽ അഭിവ്യഞ്ജിപ്പിക്കുന്നുണ്ട് അവിടുത്തെ നാടൻ കലാരൂപങ്ങൾ. ദേശത്തിന്റെ ഭൂതകാല പ്രഭാവങ്ങളെക്കുറിച്ചും അവയുടെ കാലാനുസൃതമായ പരിണതികളെക്കുറിച്ചും നിരവധി അറിവുകൾ പകന്നുനൽകാൻ അവയ്ക്കുകഴിയും. കേരളത്തിലെ പ്രബലമായ ഒരു ജനവിഭാഗമായ ക്രിസ്ത്യാനികളുടെ നാടൻകലാപാരമ്പര്യത്തിലെ അവിഭാജ്യഘടകമാണ് പരിചമുട്ടുകളി. ക്രിസ്തീയ വിശ്വാസത്തിന്റെ ആവിർഭാവം, വളർച്ച എന്നിവയെക്കുറിച്ച് അറിവുപകർന്നു നൽകുന്ന ഈ കലാരൂപം ക്രൈസ്തവജനതയുടെ സാംസ്കാരിക സല്ലയനത്തെക്കൂടി അടയാളപ്പെടുത്തുന്നുണ്ട്.

പത്തുപന്ത്രണ്ടു പുരുഷന്മാർ വാളും പരിചയും കയ്യിലേന്തി കളരി വേഷങ്ങളണിഞ്ഞ് രംഗത്തുവന്ന് ആശാൻ ചൊല്ലിക്കൊടുക്കുന്ന പദങ്ങൾ ആവർത്തിച്ച്, കളരിച്ചുവടുകൾ വെച്ച് താളാത്മകമായി വെട്ടും തടയും നടത്തുന്ന ആയോധനകലാരൂപമാണ് പരിചമുട്ടുകളി. മധ്യകേരളത്തിലും തെക്കൻകേരളത്തിലും പ്രചാരമുള്ള ഈ കലാരൂപം പരിചമുട്ടിക്കളി എന്ന പേരിലും അറിയപ്പെട്ടിരുന്നു. കളരിപ്പയറ്റിന്റെയും പരിചക്കളിയുടെയും സ്വാധീനം ഈ കലാരൂപത്തിന്റെ വേഷവിധാനത്തിലും ചുവടുകളിലും നൃത്തവ്യന്യാസത്തിലും പ്രകമാണ്.

കേരളത്തിലെ വിവിധ സമുദായക്കാർക്കിടയിൽ പ്രചാരത്തിലുണ്ടായിരുന്ന കലാരൂപമാണ് പരിചമുട്ടുകളി. മധ്യകേരളത്തിലെ ദളിത് സമൂഹത്തിനിടയിലും വടക്കൻ കേരളത്തിലെ അരയസമുദായത്തിനിടയിലും ഈ കളി നിലനിന്നിരുന്നു. കൈയിലും കഴുത്തി

ലും ലോഹത്തകിടുകളും മാന്ത്രികചരടകളും കെട്ടി, നെറ്റിയിൽ ചന്ദനക്കുറി തൊട്ട്, കളരിമുറക്കാരന്റെ വേഷത്തിലാണ് ഹൈന്ദവപാരമ്പര്യത്തിലുള്ളവർ പരിചമുട്ട് അവതരിപ്പിക്കുന്നത്. പുരാണേതിഹാസകഥകൾ, ഈശ്വരസ്തുതികൾ, വീരനായക കീർത്തനങ്ങൾ തുടങ്ങിയവയാണ് ഹൈന്ദവസമുദായക്കാരുടെ പരിചമുട്ടുകളിപ്പാട്ടുകളിലെ പ്രമേയങ്ങൾ.

കളരിപ്പയറ്റിലും മെയ്യഭ്യാസത്തിലും പ്രാവീണ്യം നേടിയവരും കോൽകളിക്കാരുമായ മുസ്ലീം സമുദായാംഗങ്ങളും പരിചമുട്ടുകളി അവതരിപ്പിക്കാറുണ്ടായിരുന്നു. മുഹമ്മദുനബി, മറ്റുപ്രവാചകന്മാർ, മുസ്ലീം പുണ്യസ്ഥലങ്ങൾ തുടങ്ങിയവയെ അധികരിച്ചുള്ള പാട്ടുകൾ പാടിക്കളിക്കുന്ന ഇവരുടെ കലാവതരണത്തിന് ക്രൈസ്തവ പാരമ്പര്യത്തിലുള്ള പരിചമുട്ടുകളിയോട് ഏറെ സാമ്യമുണ്ട്. ക്രൈസ്തവേതര സമുദായങ്ങൾ പരിചമുട്ടുകളി അവതരിപ്പിച്ചിരുന്നുവെങ്കിലും ഇന്ന് ഒരു ക്രൈസ്തവ കലാരൂപമായാണ് പരിചമുട്ടുകളി അറിയപ്പെടുന്നത്. ക്രൈസ്തവരുടെ പെരുന്നാൾ, കല്യാണം തുടങ്ങിയ വിശേഷാവസരങ്ങളിൽ മാർഗ്ഗംകളിയോടൊപ്പം പരിചമുട്ടുകളിയും പലയിടത്തും അവതരിപ്പിച്ചുപോരുന്നു.

നസ്രാണികൾ കളരിയഭ്യസനത്തിനായി വടക്കെ മലബാറിൽ നിന്ന് കളരി ആശാന്മാരെ കൊണ്ടുവന്ന് കളരി പരിശീലിച്ചിരുന്നു. ഈ പരിശീലനം സിദ്ധിച്ച ആളുകൾ ഒഴിവുസമയങ്ങളിൽ അവർക്കു പരിചിതമായിരുന്ന കലാരൂപങ്ങളുടെ ചുവടുപിടിച്ച് ചിട്ടപ്പെടുത്തിയതാവാം പരിചമുട്ടുകളി എന്ന് കരുതപ്പെടുന്നു. മാർഗ്ഗംകളിയുടെ പൂർവരൂപത്തോട് പരിചമുട്ടുകളിക്ക് ഏറെ സാമ്യമുണ്ട്. ആദിമകാലത്ത് മാർഗ്ഗംകളിയുടെ ഒന്നാംഭാഗം പാട്ടുപാടിക്കൊണ്ടുള്ള സമൂഹനൃത്തവും രണ്ടാംഭാഗം ആയോധനപരമായ പരിചമുട്ടുകളിയുമായിരുന്നു. ഈ രണ്ടാംഭാഗമായിരിക്കാം പിന്നീട് പരിചമുട്ടുകളിയെന്ന സ്വതന്ത്രകലാരൂപമായി മാറിയത്. യാക്കോബായ, മാർത്തോമാ, ലത്തീൻ എന്നിങ്ങനെയുള്ള ക്രൈസ്തവ സമൂഹത്തിലെ എല്ലാ വിഭാഗക്കാരും പരിചമുട്ടുകളിയിൽ ഏർപ്പെട്ടിരുന്നു. കേരളത്തിലെ ദളിത് വിഭാഗങ്ങൾ ക്രിസ്തുമതം സ്വീകരിച്ചപ്പോൾ അവരും പരിചമുട്ടുകളിയിൽ പ്രാവീണ്യം നേടി. അതോടെ അവരുടെ ഇടയിൽ പ്രചാരത്തിലുണ്ടായിരുന്ന കോൽക്കളി, വട്ടക്കളി, പരിചകളി തുടങ്ങിയ കലാരൂപങ്ങളുടെ സ്വാധീനവും പരിചമുട്ടുകളിയിൽ പ്രകടമായി.

കളരിപ്പയറ്റിൽ നിന്ന് സ്വീകരിച്ചിട്ടുള്ള പല ചടങ്ങുകളും ചെറി

യ മാറ്റത്തോടെയാണെങ്കിലും പരിചമുട്ടുകളിയിൽ നിലനിർത്തിപ്പോരുന്നുണ്ട്. സമുദായം, ദേശം എന്നിവയ്ക്ക് അനുസൃതമായി ഈ ചടങ്ങുകളിൽ വ്യത്യാസങ്ങൾ പ്രകടമാണെങ്കിലും പരിചമുട്ടുകളിയിൽ പൊതുവെ കാണുന്ന ചില ചടങ്ങുകളുണ്ട്. കളി ആരംഭിക്കുന്നതിനു മുമ്പ് ഈശ്വരസാന്നിധ്യത്തിന്റെ പ്രതീകമായി കളിത്തട്ടിനു നടുവിൽ നിലവിളക്ക് കത്തിച്ചുവയ്ക്കുന്നു. ക്രിസ്തീയ പാരമ്പര്യത്തിലുള്ള പരിചമുട്ടുകളിയിൽ ക്രിസ്തുവിന്റെ പന്ത്രണ്ടു ശിഷ്യന്മാരുടെ പ്രതീകമെന്ന നിലയിൽ പന്ത്രണ്ടുതിരിയിട്ട വിളക്കാണ് കത്തിച്ചു വയ്ക്കുന്നത്. ഈ വിളക്കിനു ചുറ്റുമാണ് കളി നടക്കുന്നത്. വിളക്കും കളിത്തറയും വണങ്ങിയാണ് കളി ആരംഭിക്കുന്നത്. ഇത് കളരി പാരമ്പര്യത്തിലെ കളരിത്തറവന്ദനത്തിന് സമാനമായ ചടങ്ങാണ്. തുടർന്ന് ഗുരുവന്ദനമെന്ന ചടങ്ങാണ്. ഈ ചടങ്ങും കളരിപാരമ്പര്യത്തിൽ നിന്ന് സ്വാംശീകരിച്ചതാണ്. പരിചമുട്ടുകളിയിൽ കളിക്കാർ കളിയുടെ പ്രാരംഭത്തിൽ ഗുരുവിനെ പാടി സ്തുതിച്ച് വന്ദിക്കുന്നു. ഇതിനനുയോജ്യമായ ചുവടുകളും താളവുമാണ് ഈ സന്ദർഭത്തിൽ കളിക്കാർ സ്വീകരിക്കുന്നത്. ഈ ചടങ്ങിന്റെ ഭാഗമായി ആശാന് ഗുരുദക്ഷിണ കൊടുക്കുന്ന രീതിയും ചില പ്രദേശങ്ങളിൽ നിലവിലുണ്ട്. വാളും പരിചയും വണങ്ങി, അവ ഗുരുവിൽനിന്ന് സ്വീകരിക്കുന്ന ചടങ്ങ് ആദ്യകാലത്ത് നിലനിന്നിരുന്നു. ഇപ്പോൾ പലയിടത്തും നിലത്തു വച്ചിരിക്കുന്ന വാളും പരിചയും ഭക്തിപൂർവ്വം എടുക്കുക മാത്രമേ ചെയ്യാറുള്ളൂ.

ഗുരുക്കന്മാരെയും ഈശ്വരനെയും കീർത്തിക്കുന്ന പ്രാർത്ഥന ഉൾക്കൊള്ളുന്ന വന്ദനഗാനത്തോടെയാണ് പരിചമുട്ടുകളി ആരംഭിക്കുന്നത്. ഇക്കാര്യത്തിൽ ഇതരകേരളീയ രംഗകലകളുടെ പാരമ്പര്യം തന്നെയാണ് പരിചമുട്ടുകളിയും പിന്തുടരുന്നത്. വന്ദനഗാനത്തിനുശേഷം ആശാൻ ചൊല്ലിക്കൊടുക്കുന്ന പാട്ടുകൾ ഏറ്റുപാടിക്കൊണ്ട് കളിക്കാർ വിവിധ താളങ്ങൾക്കനുസരിച്ച് നൃത്തം ചവിട്ടിക്കളിക്കുന്നു. പതിഞ്ഞ താളത്തിൽ ആരംഭിക്കുന്ന കളി ക്രമേണ ദ്രുതതാളത്തിലാകുന്നു. കളിയിൽ ഏറെയും ഉപയോഗിക്കുന്നത് കളരിപ്പയറ്റിന്റെ ചുവടുകൾ തന്നെയാണ്.

കളരിവേഷം തന്നെയാണ് പരിചമുട്ടുകളിയിൽ സാധാരണ ഉപയോഗിക്കാറുള്ളത്. എന്നാൽ, സമുദായ, പ്രാദേശികഭേദങ്ങൾ വേഷത്തിലും പ്രകടമാണ്. കോട്ടയം ജില്ലയിലെ സുറിയാനി ക്രിസ്ത്യാനികൾ വെള്ളമുണ്ടുടുത്ത്, തലയിൽ വെള്ളത്തോർത്തു കെട്ടുക മാത്രമേ ചെയ്തിരുന്നുള്ളൂ. ആലപ്പുഴ ജില്ലയിലെ ലത്തീൻ ക്രി

സ്ത്യാനികളുടെ വേഷം രാജഭടന്മാരുടെ വേഷത്തിന് സദൃശ്യമായിരുന്നു. എന്നാലിന്ന് കോടിമുണ്ട് തറ്റുടുത്ത്, ചുവന്നചേല അരയ്ക്കുകെട്ടി, തലയിൽ ചുവന്ന കച്ച കെട്ടി, കയ്യിൽ തൊങ്ങലണിഞ്ഞ്, കഴുത്തിൽ മാലയോ കുരിശോ അണിഞ്ഞ് കയ്യിൽ വാളും പരിചയും പിടിച്ചാണ് പരിചമുട്ടുകലാകാരന്മാർ രംഗത്തുവരുന്നത്. പരിചമുട്ടുകളിയിൽ ഇന്ന് ഉപയോഗിക്കുന്ന വേഷം വടക്കൻപാട്ടുകളിലെ വീരനായകന്മാരെ അനുസ്മരിപ്പിക്കും വിധമാണ്.

പരിചമുട്ടുകളിയിലെ പ്രധാനപ്പെട്ട ഒരംശമാണ് അതിലെ പാട്ടുകൾ. ആശാൻ ചൊല്ലിക്കൊടുക്കുന്ന പാട്ടുകൾ ഏറ്റുചൊല്ലിയാണ് കളിക്കാർ പരിചമുട്ടുകളി നടത്തുന്നത്. കളിയിൽ ഉപയോഗിക്കുന്ന പാട്ടുകൾ ഓരോ സമുദായത്തിന്റെയും ദേശത്തിന്റെയും തനിമയും സ്വത്വവും വെളിവാക്കുന്നവയാണ്. സമൂഹത്തിന്റെ സംസ്കാരം, ചരിത്രം, ജീവിതവീക്ഷണം തുടങ്ങിയവ പരിചമുട്ടുകളിപ്പാട്ടുകൾ അഭിവ്യക്തമാക്കുന്നുണ്ട്. പാട്ടുകളുടെ പ്രമേയത്തിന്റെ അടിസ്ഥാനത്തിൽ ഇവയെ മതപരം, സാമൂഹികം എന്ന് വേർതിരിക്കാം. അതിൽത്തന്നെ പള്ളിപ്പാട്ടുകൾ, പ്രാർത്ഥനാപ്പാട്ടുകൾ, കൂത്തുപാട്ടുകൾ, വിനോദപ്പാട്ടുകൾ എന്നിങ്ങനെ നിരവധി ഉപവിഭാഗങ്ങൾ ദൃശ്യമാണ്. അജ്ഞാതകർതൃകങ്ങളായ ഈ പാട്ടുകളുടെ ഉള്ളടക്കത്തിലും താളത്തിലും കാലാനുസൃതമായ പരിഷ്കാരങ്ങൾ സംഭവിക്കാറുണ്ട്. മനസ്സിലുറച്ച താളത്തിനനുസരിച്ച് പാട്ടുകാരൻ കാലികവിഷയങ്ങളെ പാട്ടിൽ സന്നിവേശിപ്പിക്കുന്ന പ്രവണത മറ്റേതൊരു കലാരൂപത്തിലും എന്നതുപോലെ പരിചമുട്ടുകളിയിലും കാണാവുന്നതാണ്.

താളത്തിലും ഈണത്തിലും കളിക്കാർക്ക് പാടിക്കളിക്കാൻ കഴിയുന്ന രീതിയിലാണ് പരിചമുട്ടുകളിയിലെ പാട്ടുകൾ ചിട്ടപ്പെടുത്തിയിരിക്കുന്നത്. പതിഞ്ഞ താളത്തിൽ ആരംഭിച്ച് കാഴ്ചക്കാരെ ആവേശത്തിലാറാടിച്ചുകൊണ്ട് ക്രമേണ ദ്രുതതാളത്തിലാകുന്ന വിധമാണ് പാട്ടുകളുടെ ക്രമീകരണം. കളിയുടെ വേഗത നിയന്ത്രിക്കുന്നതിനും പുതിയ പദങ്ങൾ ഓർക്കുന്നതിനും സഹായകമായ രീതിയിൽ ഉചിതമായ വായ്ത്താരികളും പാട്ടിൽ സന്ദർഭോചിതമായി പ്രയോഗിക്കാറുണ്ട്. പാട്ടിനു കൊഴുപ്പേകുന്നതിനായി കൈമണി, ചിലങ്ക, ചെണ്ട തുടങ്ങിയ വാദ്യോപകരണങ്ങൾ പരിചമുട്ടുകളിയിൽ ഉപയോഗിക്കുന്നു.

കേരളത്തിൽ പണ്ടുകാലംമുതലേ നിലവിലിരുന്ന ആയോധനകലയാണ് കളരി. നാടുവാഴികൾ തമ്മിലുള്ള യുദ്ധം സർവ്വസാധാ

രണമായിരുന്ന പ്രാചീനകാലത്ത് യുവാക്കളെല്ലാംതന്നെ കളരി അഭ്യസിക്കുകയും പ്രയോഗിക്കുകയും ചെയ്തിരുന്നു. ആയോധനകലാകേന്ദ്രങ്ങളായിരുന്ന കളരികളിലാണ് പയറ്റ് പരിശീലിപ്പിച്ചിരുന്നത്. പരശുരാമനാണ് കേരളത്തിൽ കളരികൾ സ്ഥാപിച്ചതെന്നാണ് ഐതീഹ്യം. 3600 ബ്രാഹ്മണർക്ക് പരശുരാമൻ ആയുധപരിശീലനം നല്കിയെന്നും അതിനായി കേരളത്തിൽ 1008 കളരികൾ സ്ഥാപിച്ചുവെന്നുമാണ് വിശ്വാസം. ദക്ഷയാഗത്തിലെ പരമശിവന്റെ കോപത്തിന്റെ ചുവടുകൾ പരശുരാമൻ തന്റെ ശിഷ്യർക്ക് പകർന്നുനല്കിയെന്നും അവയാണ് പയറ്റുമുറകളായി വികസിച്ചതെന്നും ഐതീഹ്യമുണ്ട്. ധനുർവേദത്തിന്റെ പാരമ്പര്യത്തിൽ രൂപംകൊണ്ടവയാണ് കളരിയെന്നും ഒരു അഭിപ്രായമുണ്ട്. 12-ാം നൂറ്റാണ്ടിൽ നടന്ന ചേരചോള യുദ്ധത്തിന്റെ കാലത്താണ് കളരി അഭ്യാസവും പരിശീലനവും സാർവത്രികമായത്.

കളരി അഭ്യാസങ്ങളുടെയും അഭ്യസനത്തിന്റെയും രുചിഭേദമനുസരിച്ച് കളരിസമ്പ്രദായങ്ങളെ വടക്കൻ, മധ്യകേരളം, തെക്കൻ എന്നിങ്ങനെ തരംതിരിക്കാറുണ്ട്. തച്ചോളി ഒതേനൻ, ആരോമൽ ചേകവർ എന്നിവർ കളരി അഭ്യാസികളെന്ന നിലയിൽ പ്രഖ്യാതരാണ്. കേരളത്തിലങ്ങോളമിങ്ങോളം നിലനിന്ന കളരിയുടെ സ്വാധീനം കേരളത്തിലെ ഒട്ടുമിക്ക നാടൻകലകളിലും ദൃശ്യമാണ്. വടക്കൻ കേരളത്തിലെ അനുഷ്ഠാന കലകളായ തെയ്യവും തിറയും കളരിപ്പയറ്റു വിദഗ്ധരെ ദൈവക്കരുക്കളാക്കി മാറ്റിയിട്ടുണ്ട്. വടക്കേ മലബാറിലെ ഗ്രാമീണകലാരൂപമായ പൂരക്കളി, കളരി സ്വാധീനം ഉൾക്കൊള്ളുന്ന ഒരു കലാരൂപമാണ്. പൂരക്കളിയിലെ പ്രാരംഭചടങ്ങുകളായ കച്ചകെട്ടൽ മുതൽ കളരി സ്വാധീനം പ്രകടമാണ്. കളരിപ്പയറ്റിന്റെ സ്വാധീനം ഏറെ ഉൾക്കൊണ്ട ഒരു കായികകലയാണ് കോൽക്കളി. വിദഗ്ദനായ ഒരു കളരിയാശാന്റെ മേൽനോട്ടത്തിലാണ് കോൽക്കളി പരിശീലിപ്പിക്കപ്പെടുന്നത്.

അടിമുടി കളരി സമ്പ്രദായത്തിന്റെ സ്വാധീനം ഉൾക്കൊള്ളുന്ന കലാരൂപമാണ് പരിചമുട്ടുകളി. വാളും പരിചയും ഉപയോഗിച്ചുള്ള ഒരു നൃത്തരൂപമെന്ന നിലയിൽ പരിചമുട്ടുകളി കളരിയിലെ അടവുകളോട് ഏറെ അടുത്തുനിൽക്കുന്നു. വേഷവിധാനത്തിലും ചടങ്ങുകളിലും ഈ കളിക്ക് കളരി സമ്പ്രാദായവുമായി വലിയ വ്യത്യാസമില്ല. കളരിയിലെ ചുവടുകൾ തന്നെയാണ് ഈഷൽഭേദത്തോടെ പരിചമുട്ടുകളിയിൽ ഉപയോഗപ്പെടുത്തിയിരിക്കുന്നത്. ചെറുപ്പം മുതലേ കളരിയഭ്യസിച്ചിരുന്ന ആളുകളാണ് പിന്നീട് കലാപ്രകടന

ങ്ങൾക്കായി മുന്നിട്ടിറങ്ങിയത്. കളരിയുടെ നാനാവശങ്ങൾ സ്വാഭാവികമായും കലാരൂപങ്ങളെ സ്വാധീനിച്ചു. കലാരൂപങ്ങളിലെ സാഹിത്യാംശത്തിലാണ് ഇവ കളരിയുമായി വേറിട്ടുനില്ക്കുന്നതും തനിമ കൈവരിക്കുന്നതും. പരിചമുട്ടുകളിയുടെ കാര്യവും ഇതിൽ നിന്നു വ്യത്യസ്തമല്ല. ആചാരാനുഷ്ഠാനങ്ങൾ പാരമ്പര്യസിദ്ധമാണെങ്കിലും പാട്ടുകളുടെ ഉള്ളടക്കത്തിന്റെ കാര്യത്തിൽ പരിചമുട്ടുകളി കളരിസമ്പ്രദായത്തിൽ നിന്ന് തുലോംഭിന്നമായ അസ്തിത്വം പുലർത്തുന്നു. ഉള്ളടക്കത്തിലെ ക്രൈസ്തവികതയാണ് പരിചമുട്ടുകളിയെ ഒരു ക്രൈസ്തവകലാരൂപമെന്ന നിലയിൽ നിലനിർത്തുന്നത്.

കേരളത്തിലെ ക്രിസ്തീയ സമൂഹത്തിന്റെ വിശ്വാസപാരമ്പര്യവും ജീവിതരീതികളും മനസ്സിലാക്കുന്നതിനുള്ള ഉത്തമ ഉപദാനങ്ങളാണ് ക്രിസ്തീയകലകൾ. വിശ്വാസത്തിൽ വ്യത്യസ്ത പുലർത്തുന്നവരെങ്കിലും ജീവിതരീതിയിലും സംസ്കാരത്തനിമയിലും കേരളത്തിന്റെ മുഖ്യധാരയോട് ചേർന്നുനില്ക്കുന്നവരാണ് ഇവിടുത്തെ ക്രിസ്താനികൾ. കേരളക്രിസ്ത്യാനികളിൽ ഭൂരിപക്ഷവും സ്വദേശിയർ തന്നെയെന്ന വസ്തുതയാണ് പരിചമുട്ടുകളിയുടെ ചടങ്ങുകളും കളരിപ്പയറ്റും തമ്മിലുള്ള ബന്ധം സൂചിപ്പിക്കുന്നത്. എഴുത്തച്ഛന്റെയും പൂന്താനത്തിന്റെയും കൃതികളെ അനുകരിച്ച് ക്രൈസ്തവ ഇതിവൃത്തങ്ങളെ പുരസ്കരിച്ച് അർണ്ണോസ് പാതിരി കിളിപ്പാട്ടും പാനയും എഴുതിയതു പോലെ ഹൈന്ദവകലാരൂപങ്ങളുടെ വിവിധാംശങ്ങൾ സ്വാംശീകരിച്ച് രൂപപ്പടുത്തിയവയാണ് ക്രൈസ്തവകലാരൂപങ്ങൾ. ഹൈന്ദവകലാരൂപങ്ങളിൽ നിന്ന് ഇവ മുഖ്യമായും ഭിന്നമായിരിക്കുന്നത് ഇതിവൃത്തസംബന്ധിയായാണ്. ബൈബിൾ കഥകളും പുണ്യവാന്മാരുടെ ചരിതങ്ങളുമാണ് ക്രൈസ്തവകലാരൂപങ്ങളുടെ ഇതിവൃത്തങ്ങൾ.

ജാതിമതഭേദമെന്യേ കേരളീയർ കളരിപ്പയറ്റ് പരിശീലിച്ചിരുന്നു. അതിന്റെ അനുരണനങ്ങൾ കേരളീയകലകളിലെല്ലാം പ്രകടമാണ്.പരിചമുട്ടുകളിക്കും കളരിപ്പയറ്റിനും തമ്മിലുള്ള ബന്ധം ക്രിസ്ത്യാനികളും കളരി പരിശീലിച്ചിരുന്നു എന്ന വസ്തുതയാണ് വെളിവാക്കുന്നത്. വിവിധ കലകളുടെ സഞ്ചയമായ പരിചമുട്ടുകളി കേരളത്തിലെ വിവിധ ജാതി മതവിഭാഗങ്ങളുടെ സമന്വയത്തെക്കൂടി ദ്യോതിപ്പിക്കുന്നുണ്ട്. ക്രൈസ്തവജനതയുടെ അസ്തിത്വം കേരളഭിന്നമല്ല, അത് കേരളീയസംസ്കാരത്തെയും പാരമ്പര്യത്തെയും സാംശീകരിച്ച് വളർന്നുവികസിച്ചിട്ടുള്ളതാണ്.

സ്കൂൾ യുവജനോത്സവത്തിൽ ആവേശം വിതറുന്ന ഒരു മത്സരയിനമായി മാറിയതോടെ പരിചമുട്ടുകളിക്ക് ഇന്നേറെ മാറ്റങ്ങൾ സംഭവിച്ചു. കളിക്കാരുടെ എണ്ണം പന്ത്രണ്ടിൽ നിന്ന് ഏഴായിച്ചുരുങ്ങി. മത്സരക്കളിയുടെ സമയം പത്തു മിനിറ്റായി നിജപ്പെടുത്തിയതോടെ ചടങ്ങുകളിൽ മാറ്റം വന്നു. കുറഞ്ഞ സമയത്തിനുള്ളിൽ വൈവിധ്യമാർന്ന ചുവടുകൾ അവതരിപ്പിക്കാനാണ് ഇപ്പോൾ കളിക്കാർ ശ്രമിക്കുന്നത്. മത്സരക്കളിയിൽ കൈമണി മാത്രമേ വാദ്യമായി ഉപയോഗിക്കാറുള്ളൂ. കാലാനുസൃതമായ പരിഷ്കാരങ്ങൾക്ക് വിധേയമായെങ്കിലും ഒരു സമുദായത്തിന്റെ സംസ്കാരപ്രതീകവും സ്വത്വാവിഷ്കാരവുമെന്ന നിലയിൽ പരിചമുട്ടുകളി കേരളീയ രംഗകലാപാരമ്പര്യത്തിൽ ഏറെ ശോഭയോടെ നിലനിൽക്കുന്നു.

സഹായകഗ്രന്ഥങ്ങൾ

1. തോമസ്, പി.ജെ., മലയാളസാഹിത്യവും ക്രിസ്ത്യാനികളും, നാഷണൽ ബുക്ക് സ്റ്റാൾ, കോട്ടയം: 1989.

2. നമ്പ്യാർ, ഏ. കെ., കേരളത്തിലെ നാടൻകലകൾ, നാഷണൽ ബുക്ക് സ്റ്റാൾ, കോട്ടയം: 1986.

3. ഭാർഗ്ഗവൻപിള്ള, ജി., നാട്ടരങ്ങ് വികാസവും പരിണാമവും, കേരള ഭാഷാ ഇൻസ്റ്റിറ്റ്യൂട്ട്, തിരുവനന്തപുരം: 2000.

4. വിഷ്ണുനമ്പൂതിരി, എം.വി., (ഡോ.), (എഡി.), ക്രിസ്ത്യൻ ഫോക്‌ലോർ, കേരള ഫോക്‌ലോർ അക്കാദമി, കണ്ണൂർ: 2004.

5. Chummar, Choodal, Christian Theater in India, Kerala Folklore Academy, Trissur: 1984

8

ഇടം, ഭാഷ; ആടൽ പറ്റിനെ മുൻനിർത്തി ഒരു രംഗാവിഷ്കാരപഠനം.

ഡോ. രാജേഷ്. പി

തെക്കൻ മലബാറിലെ വള്ളുവനാട്ടിലെ കാവുകളെ വേദിയാക്കി അവതരിപ്പിച്ചുവരുന്ന ഒരു ദൃശ്യരംഗകലാരൂപമാണ് തോൽപ്പാവക്കൂത്ത്. കാവുൽസവങ്ങളുടെ ഭാഗമായാണ് തോൽപ്പാവക്കൂത്ത് അരങ്ങേറി വരുന്നത്. കാളി ദാരിക പുരാവൃത്തത്തെ ആശ്രയിച്ചാണ് പ്രസ്തുത കലാരൂപം അനുഷ്ഠാനപരത കൈവരിച്ചത്. അനുഷ്ഠാന പാരമ്പര്യം കൂടി കൈമുതലായുള്ള തോൽപ്പാവക്കൂത്തിന്റെ പ്രചാരകർ തമിഴ്ദേശത്തു നിന്നും വ്യാപാര അനുബന്ധതൊഴിലുകൾക്കായി പാലക്കാട് മണ്ണിലെത്തിയവരാണ്. മന്നാടിയാർ സമുദായക്കാരാണ് കേരളത്തിലേക്ക് തോൽപ്പാവക്കൂത്ത് കൊണ്ടുവന്നത് എന്ന് കരുതപ്പെടുന്നു. വ്യാപാരപ്രവർത്തനങ്ങൾക്കായി കേരളത്തിലെത്തിയ തമിഴ് വംശജരായ ഇതരസമുദായങ്ങളും ഈ കലാരൂപത്തിന്റെ പ്രചാരകരാണ്. മുതലിയാർ, പിള്ളൈ, ചെട്ടിയാർ എന്നിവർ മുൻപേ പറഞ്ഞ ഇതര സമുദായങ്ങളിൽ പെടുന്നു. ആടൽ പറ്റ് ആണ് കലാരൂപത്തിന്റെ അവതരണത്തിന് ഉപയോഗിക്കുന്ന സാഹിത്യരൂപം.

തോൽപ്പാവക്കൂത്ത് അവതരണത്തിന്റെ തിരക്കഥയാണ് ആടൽ പറ്റ്. ഇതിനെ ആശ്രയിച്ചു കൊണ്ടാണ് പ്രസ്തുത കലാരൂപം അവതരിപ്പിക്കുന്നത്. രാമായണത്തിന്റെ തമിഴ് ഭാഷ്യമായ കമ്പ രാമായണത്തെ ആശ്രയിച്ചുകൊണ്ടാണ് ഇത്. രൂപപ്പെടുത്തിയിട്ടുള്ളത്. മന്നാടിയാർ സമുദായത്തിൽ ഉൾപ്പെടുന്ന ഏറത്ത് ശിങ്കി പുലവരാണ് തോൽപ്പാവക്കൂത്ത് അവതരണത്തിന് അനുയോജ്യമായ വിധം ആടൽപറ്റിനെ ചിട്ടപ്പെടുത്തിയത്. കിഴക്കൻ പാലക്കാട്ടെ കൂത്തന്നൂ

രിന് അടുത്തുള്ള പല്ലശ്ശന പഴയകാവിന്
സമീപമാണ് ഇദ്ദേഹം ജീവിച്ചിരുന്നത്. ഏകദേശം മൂന്നു നൂറ്റാണ്ട് മുമ്പായിരിക്കും അദ്ദേഹത്തിന്റെ ജീവിതകാലമെന്ന് അനുമാനിക്കപ്പെടുന്നു. ഈ തോൽപ്പാവക്കൂത്തിന്റെ അവതരണവും ഇടവും ആയിരിക്കും അതിന്റെ ഭാഷയെ രൂപപ്പെടുത്തിയത്. മറ്റൊരു അർത്ഥത്തിൽ പറഞ്ഞാൽ അവതാരകരെയും അതിന്റെ പ്രേക്ഷകരെയും ആശ്രയിച്ചു കൊണ്ടുകൂടി ആവണം ആടൽപ്പറ്റിന്റെ തനത് ഭാഷ രൂപപ്പെട്ടത്.

ഒരു കൃതിയുടെ നിർമ്മിതിക്ക് പിറകിലെ രാഷ്ട്രീയ മത സാംസ്കാരിക ഇടപെടലുകൾ ഏതൊരു കൃതിയുടെയും മൗലിക സ്വഭാവത്തെയും ഭാഷയെയും എപ്രകാരം സ്വാധീനിക്കുന്നുവെന്നും ഈ സ്വാധീനം കൃതി ലക്ഷ്യം വെക്കുന്ന താല്പര്യങ്ങൾ എപ്രകാരം പുന:നിർണയിക്കപ്പെടുന്നു എന്നതും ചർച്ചാവിഷയം തന്നെ. പ്രാദേശിക ഭാഷയിലൂടെ ഇതിഹാസപുരാണങ്ങൾ സമൂഹത്തിന്റെ എല്ലാ തലങ്ങളിലേക്കും എത്തിക്കുക എന്നതിലൂടെ സമൂഹ രൂപീകരണത്തിന്റെ പുതിയ സാധ്യതയാണ് ആടൽ പറ്റിന്റെ രംഗാവിഷ്കാരത്തിലൂടെയും പ്രകടമാകുന്നത്. ആടൽ പറ്റിന് ഒരു മൂലപാഠം ഉണ്ടെങ്കിലും കലാകാരന്റെ മനോധർമ്മം അനുസരിച്ച് അവയെ വികസിപ്പിക്കാനും കഥാസന്ദർഭങ്ങൾക്ക് അനുസരിച്ച് പുതിയ പാഠഭേദങ്ങൾ സൃഷ്ടിക്കാനും കലാകാരന് സ്വാതന്ത്ര്യവും അവസരവും ഉണ്ട് .

തോൽപ്പാവക്കൂത്ത് അവതാരകനെ പുലവർ എന്ന പദം കൊണ്ടാണ് അഭിസംബോധന ചെയ്യാറുള്ളത്. തമിഴിൽ പുലവർ എന്ന വാക്കിന്റെ അർത്ഥം കവി പണ്ഡിതൻ എന്നൊക്കെയാണ്. തന്റെ പാണ്ഡിത്യവും മനോധർമ്മവും ഉപയോഗപ്പെടുത്തി കൊണ്ടാണ് കൂത്തവതരണ വേളയിൽ പുലവർ ആടൽപ്പറ്റിനെ വിശദീകരിക്കുകയും വ്യാഖ്യാനിക്കുകയും ചെയ്യുന്നത്. ഇത് പ്രസ്തുത കലാരൂപത്തിന്റെ നാടോടി പരത കൂടിയാണ് പ്രകടമാക്കുന്നത്.

കൂത്തു സംഘങ്ങൾ മാറുന്നതിനനുസരിച്ച് ആടൽപറ്റിൽ ധാരാളം മാറ്റങ്ങൾ കാണാം. ഭാഷാപ്രയോഗം അഥവാ ശൈലി സംഗീതം എന്നിവയിലാണ് പ്രകടിതമാറ്റം കാണാനാവുക. കമ്പരാമായണത്തിൽ നിന്ന് ആടൽ പറ്റിലേക്ക് എത്തുമ്പോൾ വേറെയും മാറ്റങ്ങൾ കാണാം. കമ്പരാമായണത്തിന്റെ നാടകീയതയും ഭക്തിരസവും അതേപടി നിലനിർത്തി കൊണ്ടാണ് ആടൽപ്പറ്റിന് രൂപം നൽകിയിരിക്കുന്നത്.

ഇടം

പാലക്കാട് ജില്ലയിലെ പഴയ വള്ളുവനാട് നെടുങ്ങനാട് താലൂക്കുകളിലാണ് തോൽപ്പാവക്കൂത്ത് പ്രചാരം നേടിയത്. പ്രസ്തുത ദേശത്തെ കാളികാവുകളിലാണ് ഇത് നടത്തിവരുന്നത്. മലപ്പുറം തൃശൂർ ജില്ലകളുടെ അതിർത്തി പ്രദേശങ്ങളിലെ ഏതാനും ചില കാളികാവുകളിലും തോൽപ്പാവക്കൂത്ത് അരങ്ങേറി വരുന്നു. (മലയാളമാസം മകരത്തിൽ തുടങ്ങി കുംഭം, മീനം, ഇടവം വരെയുള്ള മാസങ്ങളിലാണ് കാവുത്സവങ്ങൾ നടക്കുന്നത്). ആണ്ടുത്സവങ്ങളുടെ ഭാഗമായാണ് പാവക്കൂത്ത് നടക്കുന്നത്.

പകൽ പൂരം കഴിഞ്ഞ് രാത്രി മുഴുനീളെ നീണ്ടുനിൽക്കുന്ന തോൽപ്പാവക്കൂത്ത് അവതരണത്തിന് പിറകിൽ കാളി - കണ്ണകി എന്നീ രണ്ട് പ്രധാന പുരാവൃത്തങ്ങൾ നിലനിൽക്കുന്നുണ്ടെങ്കിലും ഇതിൽ ഏറ്റവും പ്രബലമായത് കാളി സങ്കൽപ്പവുമായി ബന്ധപ്പെട്ട പുരാവൃത്തമാണ്. കാളിദാരിക പുരാവൃത്തത്തെ കൂട്ടുപിടിച്ചാണ് തോൽപ്പാവക്കൂത്ത് അവതരണത്തിന്റെ വേദിയായി കാളികാവുകൾ തിരഞ്ഞെടുക്കപ്പെടുന്നത്. രാമരാവണ യുദ്ധം നടക്കുന്ന സമയമാണ് കാളി, ദാരിക നിഗ്രഹത്തിൽ ഏർപ്പെടുന്നത്. ആയതിനാൽ രാമരാവണ യുദ്ധവും രാവണവധവും കാണാൻ സാധിക്കാത്ത സങ്കടം പിതാവായ ശിവനോട് പോയി പറയുകയുബോൾ നീ കുടിയിരിക്കുന്ന ഇടങ്ങളിൽ തോൽപ്പാവക്കൂത്തിന്റെ രൂപത്തിൽ വർഷാവർഷം രാമരാവണ യുദ്ധവും രാവണ വധവും കണ്ട് നിനക്ക് സന്തോഷിക്കാം എന്ന് പറഞ്ഞ് സമാധാനിപ്പിച്ചു എന്നാണ് പുരാവൃത്തം. ഇതിനെ തുടർന്നാണ് കാവുകളിൽ രാമായണ കഥയെ ആസ്പദമാക്കി കൂത്തവതരണം നടത്തി വരുന്നത്. ഇവിടെ കാളിയാണ് പ്രഥമ (പ്രത്യക്ഷ) പ്രേക്ഷക.

കാവുമായി വളരെ വൈകാരികമായ ആത്മബന്ധം പുലർത്തുന്ന തദ്ദേശീയ ജനവിഭാഗങ്ങൾ നേരം പുലരുവോളം ചെലവഴിക്കുന്നത് കാവിനടുത്തുള്ള കാവൽ പറമ്പിലാണ്. ഇവരാണ് ദ്വിതീയ(പരോക്ഷ) പ്രേക്ഷകരായി ഉള്ളത്. പ്രതീകാത്മകമായി കാളിയാണ് പ്രേക്ഷക. യഥാർത്ഥ പ്രേക്ഷകർ തങ്ങളുടെ അമ്മ ദൈവം കുടിയിരിക്കുന്ന ചൈതന്യഭൂമിയിൽ സമയം ചിലവഴിക്കാൻ എത്തിയ തദ്ദേശീയ നിവാസികളാണ്. തോൽപ്പാവക്കൂത്ത് അനുഷ്ഠാന കലാരൂപമായി രൂപാന്തരപ്പെട്ടതോടെ കലാ രൂപത്തിന് കൂടുതൽ വേദികളും പ്രേക്ഷകരെയും ഒപ്പം അവരുടെ ആത്മീയ പിന്തുണയും നേടുന്നതിന് സാധിച്ചു. ഇത് കലാരൂപത്തെ ജനകീയവൽക്കരിക്കു

ന്നതിനും പ്രചുരപ്രചാരം നേടുന്നതിനും സഹായിച്ചു.

ഭാഷ

കമ്പ രാമായണത്തിൽ നിന്നും ആടൽ പറ്റിലെത്തുമ്പോൾ ഇതിവൃത്തത്തിലും ഭാഷയിലും ധാരാളം വ്യതിയാനങ്ങൾ കാണുവാൻ സാധിക്കും. കൂടുതൽ ലളിതവും സ്വീകാര്യവുമായ ഒരു ഭാഷയും സാഹിതീ ശൈലിയും (കവിത രൂപം) സ്വീകരിച്ചു എന്ന് കാണാം. കമ്പ രാമായണം ചെന്തമിഴിൽ ആയതിനാൽ പിൽക്കാലത്ത് അറിവാധികാരം നിഷേധിക്കപ്പെട്ട സാധാരണ ജനവിഭാഗത്തിന് അത് ഗ്രഹിക്കുക ശ്രമകരമായിരുന്നു. ആയതിനാൽ ആടൽ പറ്റിനെ തയ്യാറാക്കിയിരിക്കുന്നത് കരിന്തമിഴിനോട് പ്രാദേശിക മലയാള ഭാഷയുടെ ആദ്യ വാമൊഴിയും ചേർത്തുവച്ചുകൊണ്ടാണ്. മലയാള ഭാഷയുടെ സ്വാധീനം നന്നെ കുറവാണ്. പാലക്കാട് തമിഴ് സ്വാധീനം ഏറെ ഉള്ളതിനാൽ കലാരൂപം അവതരിപ്പിക്കുന്നവർക്ക് ശരിയായി അവതരിപ്പിക്കാനും പ്രേക്ഷകർക്ക് ശരിയാംവിധം ആശയം ഉൾക്കൊള്ളുന്നതിനും വേണ്ടിയാവാം ഇപ്രകാരം തദ്ദേശീയ ജനതയ്ക്ക് മനസ്സിലാകും വിധത്തിൽ ഭാഷയും സാഹിത്യവും ഉപയോഗിച്ചത്. അതിലൂടെയാണ് ആടൽപ്പറ്റിന് അതിന്റെ തനത് സ്വത്വം കൈവരിക്കാൻ സാധിച്ചത്.

ഓരോ കൂത്തു സംഘത്തിന്റെയും പാട്ടുകൾ വ്യത്യാസപ്പെട്ടിരിക്കുന്നു. ഈ സവിശേഷ സ്വത്വം അതിന്റെ നാടോടിപരതയും സാഹിതി രൂപത്തിന്റെ ഉദാരതയുമാണ് കാണിക്കുന്നത്. കൂത്തു സംഘങ്ങൾ മാറുന്നതിനനുസരിച്ച് പാട്ടുകളുടെ ഭാഷയിലും സംഗീതത്തിലും വ്യത്യാസം പ്രകടമാണ്. പിൽക്കാലത്ത് കൂത്തവതരണത്തിൽ സജീവ പങ്കാളിയായ പണിക്കർ സമുദായം കൂത്ത് ഏറ്റെടുത്ത് നടത്തിവരുന്ന ഇടങ്ങളിൽ ഗദ്യ രൂപത്തിൽ ഉള്ളതും മലയാള ഭാഷയുടെ സ്വാധീനം വളരെ കൂടുതലുള്ളതുമായ ആടൽ പറ്റുകൾ ഉപയോഗിച്ചതായി കാണുന്നുണ്ട്. ഒരു സമൂഹത്തിന്റെ പുനസംഘാടനത്തിൽ ഭാഷയ്ക്കും സാഹിതീ രൂപങ്ങൾക്കും സമൂഹത്തിന്റെ ഗതിവിഗതികളെ തീരുമാനിക്കാനുള്ള ശേഷിയാണ് ഇത് സ്പഷ്ടമാക്കുന്നത്. കൂടാതെ സാഹിത്യത്തിന്റെ ധാർമികത അത് സൃഷ്ടിക്കുന്നവരുടെ ആത്മനിഷ്ഠയെ ആശ്രയിച്ചിരിക്കുന്നു എന്ന യാഥാർത്ഥ്യവും.

കൂത്ത് മാടം

കൂത്തുമാടം തോൽപാവ കൂത്ത് അവതരണത്തിനുള്ള ഒരു സ്ഥിരം വേദിയാണ്. കാവുകളുടെ പരിസരങ്ങളിലാണ് കൂത്തുമാടം കെ

ട്ടി ഉണ്ടാക്കാറ്. ആദ്യകാലങ്ങളിൽ പൂർണ്ണമായും താൽക്കാലികമായി കെട്ടി ഉണ്ടാക്കിയിരുന്ന കൂത്തുമാടം പിൽക്കാലത്ത് ഒരു സ്ഥിരനിർമ്മിതിയായി മാറുകയുണ്ടായി. കാവുകൾക്ക് സമീപം കാണുന്ന ഉയർന്ന തറയുടെ മേലെയാണ് ആദ്യകാലങ്ങളിൽ കൂത്തുമാടം അവതരണത്തിനായി തയ്യാറാക്കിയിരുന്നത്. ഇത് കൂത്താവതരണത്തിനായി ഉണ്ടാക്കിയതാവാൻ സാധ്യതയില്ല. അതിനായി പിൽക്കാലത്ത് ഉപയോഗിച്ചതാവാം.

കുത്തുമാടത്തിന്റെ ഘടനാപരമായ സവിശേഷതകൾ മുൻനിർത്തി പരിശോധിച്ചാൽ അവ പലതരത്തിൽ ഉണ്ട്. പൊതുവായ ഘടന, ഒരു തറയും അതിനുമുകളിൽ മൂന്ന് ഭാഗങ്ങൾ ചുമരുകളോട് കൂടിയതും മുൻഭാഗം തുറന്നിരിക്കുന്നതുമാണ്. മുൻഭാഗത്താണ് ആടൽപുടവ എന്നറിയപ്പെടുന്ന തിരശ്ശീല വലിച്ചുകെട്ടുകയും അതിനു പിറകിൽ വിളക്കുമാടം സ്ഥാപിച്ച് അതിലെ പ്രകാശം ഉപയോഗിച്ച് തിരശ്ശീലയിൽ നിഴലുകളുടെ ദൃശ്യവിസ്മയങ്ങൾ തീർക്കുകയും ചെയ്യുന്നത്. ഓരോ കാവിലെ കൂത്തുമാടത്തിനും പ്രാദേശിക വ്യത്യാസങ്ങൾ പ്രകടമാണ്. അവയുടെ വലിപ്പത്തിലും കെട്ടിലും മട്ടിലും ശ്രീകോവിലിൽ നിന്നുള്ള അകലത്തിലും ഇത് കാണാം. ഇതിൽ നിന്നും കൂത്തവതരണത്തിനുള്ള സൗകര്യത്തെ മുൻനിർത്തി കൊണ്ടാണ് കൂത്തുമാടം തയ്യാറാക്കിയത് എന്ന് മനസിലാക്കാം. നീളം കൂടിയവ ഉയരം കൂടിയവ രണ്ടു നിലയോടുകൂടിയ കൂത്തുമാടം എന്നിങ്ങനെ കൂത്തുമാടത്തിന്റെ വൈവിധ്യങ്ങൾ പലതാണ്. താൽക്കാലികമായി കെട്ടി ഉണ്ടാക്കുന്ന മേൽക്കൂരകൾക്ക് പകരം ഇന്ന് ഓടിട്ട തോ കോൺക്രീറ്റ് നിർമ്മിത മേൽക്കൂരയോ ആണുള്ളത്. പ്രേക്ഷകർക്ക് ഇരിക്കാവുന്ന വിധം പരിഗണിച്ചുകൊണ്ടാണ് കൂത്തുമാടം നിർമ്മിച്ചിട്ടുള്ളത്. കൂത്തുമാടവുമായി ബന്ധപ്പെട്ട രംഗ സംവിധാനങ്ങളിൽ ഏറ്റവും പ്രധാനപ്പെട്ട രണ്ടു ഘടകങ്ങൾ കൂടി ചർച്ച ചെയ്യേണ്ടതുണ്ട്. ആടൽപ്പുടവയും വിളക്കുമാടവും ആണവ. തോൽപ്പാവക്കുത്ത് ഒരു ദൃശ്യകല എന്ന നിലയിൽ സാക്ഷാത്കരിക്കപ്പെടാൻ ഈ രണ്ടു ഘടകങ്ങൾ ഏറ്റവും അനിവാര്യമാണ്.

നിഴലുകൾ സൃഷ്ടിക്കാൻ പ്രകാശവും പ്രതലവും വളരെ അത്യാവശ്യമാണ്. പ്രകാശം സമ്മാനിക്കുന്നത് വിളക്കുമാടം ആണെങ്കിൽ അത് സൃഷ്ടിക്കുന്ന നിഴലുകൾ പ്രതിഫലിപ്പിക്കുന്ന പ്രതലമായാണ് ആടൽപ്പുടവ നിലകൊള്ളുന്നത്.

കൂത്ത് കാണുന്നതിനായി ശ്രീകോവിലിൽ നിന്നും (ചിലയിട

ങ്ങളിൽ ഭസ്മപ്പെട്ടി, ചിലങ്ക എന്നീ പ്രതീകാത്മക ബിംബങ്ങളിലോ അവാഹിച്ചു കൊണ്ടാണ് ഭഗവതിയെ കൂത്തുമാടത്തിനു മുന്നിൽ എത്തിക്കുന്നത്.) കാളിയെ കൂത്തുമാടത്തിനു മുന്നിലേക്ക് തൂക്കുവിളക്കിൽ ആവാഹിച്ച് കൊണ്ടു വന്നു പ്രതിഷ്ഠിക്കുന്നത് തോൽപാവക്കൂത്ത് അവതരണത്തിന്റെ തുടക്കത്തിലുള്ള ഒരു അനുഷ്ഠാനമാണ്.

വിളക്കുമാടം

തോൽപ്പാവക്കൂത്ത് നിഴൽ പാവുകളി എന്ന പേരിൽ കൂടി അറിയപ്പെടുന്നു. നിഴലുകൾ സൃഷ്ടിക്കാൻ അത്യന്താപേക്ഷിതമായ ഒന്നാണ് വെളിച്ചം. ഇത് നൽകുന്നത് കൂത്തുമാടത്തിനകത്ത് സജ്ജീകരിച്ച വിളക്കുമാടത്തിൽ നിന്നാണ്. നിരനിരയായി നിശ്ചിത അകലം പാലിച്ചു സ്ഥാപിച്ച വിളക്കുകളിൽ നിന്നാണ് തിരശ്ശീലയിൽ നിഴലുകൾ സൃഷ്ടിക്കാൻ വേണ്ട വെളിച്ചം സജ്ജീകരിച്ചിരിക്കുന്നത്.

കൂത്തുമാടത്തിനു മുന്നിൽ സ്ഥാപിച്ച ഈ വിളക്കിൽ നിന്നും കത്തിച്ച തിരികൊണ്ടാണ് കൂത്തുമാടത്തിനുള്ളിലെ വിളക്കുമാടങ്ങളിലെ ഓരോ വിളക്കുകളും തെളിയിക്കുന്നത്. ഇതോടെ നിഴലുകൾ സൃഷ്ടിക്കാൻ പോന്ന വെളിച്ചം തയ്യാറാവുന്നു. മുള, കമുക്, മരം(പ്ലാവ്) കൂടാതെ ഈ അടുത്ത കാലത്ത് ലോഹനിർമ്മിത വിളക്കുമാടങ്ങളും കണ്ടുവരുന്നു. വിളക്കുമാടത്തിൽ സ്ഥാപിക്കാനായുള്ള വിളക്കുകൾ തയ്യാറാക്കുന്നത് നാളികേര മുറിയിൽ തിരിയിട്ട് കത്തിച്ചു കൊണ്ടാണ്. അതേസമയം മൺചിരാതും ലോഹ നിർമ്മിതവസ്തുക്കൾ ഉപയോഗിച്ചുകൊണ്ടും അടുത്ത കാലത്തായി വിളക്കുകൾ തെളിയിക്കുന്നു.

ആടൽ എന്നാൽ നൃത്തം എന്നും പുടവ എന്നാൽ തിരശ്ശീല എന്നുമാണ്. ഈ വിധം കൂത്തവതരണത്തിനുള്ള തിരശ്ശീല എന്ന അർത്ഥത്തിലാവണം ആടൽപുടവ അഥവാ ആയ പുടവ എന്ന് തിരശ്ശീല അറിയപ്പെടാൻ കാരണം.ആടൽ പുടവയുടെ വലതുഭാഗം അയോധ്യയും ഇടതുഭാഗം ലങ്കയുമാണ്. അതുപോലെ വലതുഭാഗത്ത് കഥാപാത്രങ്ങളും ഇടതുഭാഗത്ത് രാക്ഷസ കഥാപാത്രങ്ങളും കടന്നു വരുന്നതായിക്കാണാം. കഥാപാത്രങ്ങളുടെ രംഗപ്രവേശം ഇതിനെ അടിസ്ഥാനപ്പെടുത്തിക്കൊണ്ടാണ് ഉള്ളത്. ദേവകഥാപാത്രങ്ങൾ സ്ക്രീനിന്റെ മുകൾഭാഗത്ത് നിന്നും അസുര കഥാപാത്രങ്ങൾ സ്ക്രീനിന്റെ താഴെ ഭാഗത്തുനിന്നും മറ്റു കഥാപാത്രങ്ങൾ സ്ക്രീനിന്റെ മധ്യഭാഗത്ത് നിന്നും പ്രത്യക്ഷപ്പെടുന്നു. കാരമു

ള്ള ഉപയോഗിച്ചുകൊണ്ടാണ് പാവകൾ തിരശ്ശീലയിൽ ചേർത്തു വെക്കുന്നത്.

ആടൽ പുടവ

നിഴൽപ്പാവ കളിയിലെ ഏറ്റവും പ്രധാനപ്പെട്ട ഒന്നാണ് നിഴലുകൾ. അവ സൃഷ്ടിക്കുന്ന പ്രതലം ആടൽ പുടവ എന്ന പേരിലാണ് അറിയപ്പെടുന്നത്. കോട്ടൻ തുണിയാണ് അതിനായി ഉപയോഗിച്ചുവരുന്നത്. ദീർഘചതുരാകൃതിയിലാണ് തിരശ്ശീല. പാവകൾ പ്രത്യക്ഷപ്പെടുന്ന ഭാഗം വെളുത്ത കോട്ടൻ തുണിയും വിളക്കുമാടത്തിന് അല്പം താഴെ കറുത്ത തുണിയും ഉപയോഗിച്ചുകൊണ്ടാണ് തിരശ്ശീല നിർമ്മിക്കുന്നത്. ചകിരികയറുകൊണ്ട് രണ്ടു തുണികളെയും കൂട്ടിയോജിപ്പിക്കുന്നു. കറുത്ത തുണി പാതാളത്തെയും വെളുത്ത തുണിയുടെ മുകൾഭാഗം ആകാശവും താഴെ ഭാഗം ഭൂമിയെയും പ്രതിനിധാനം ചെയ്തുകൊണ്ടാണ് പാവകൾ പ്രത്യക്ഷപ്പെടുന്നത്. യഥാർത്ഥത്തിൽ കൂത്തവതാരകരെ പ്രേക്ഷകർക്ക് കാണാതിരിക്കാൻ വേണ്ടിയാവണം താഴെ ഭാഗത്ത് കറുത്ത തുണി തുന്നിച്ചേർക്കുന്നത്.

ഒരു കലാരൂപത്തിന്റെ അത്യന്താപേക്ഷിതമായ ഒരു ഭാഗമാണ് സാഹിതീരൂപം എന്ന് നാം മനസ്സിലാക്കി കഴിഞ്ഞു. പ്രേക്ഷകരെ മുന്നിൽ കണ്ടുകൊണ്ടാണ് ഏതൊരു കലാരൂപത്തിന്റെയും ഭാഷ തീരുമാനിക്കുന്നതെന്നും ആടൽ പറ്റിന് ഒരു ഏകീകൃത രൂപം ഇല്ല എന്നുള്ളതും നാം തിരിച്ചറിഞ്ഞു. ആദ്യകാലങ്ങളിൽ വാമൊഴിയായി പാട്ടുകൾ കൈമാറ്റം ചെയ്തു പോന്നതിനാൽ ഭാഷയിലും ശൈലിയിലും ധാരാളം മാറ്റങ്ങൾ പിൽക്കാലത്ത് ഉണ്ടായിട്ടുണ്ട്. ഭക്തിപ്രസ്ഥാനത്തിന്റെ കാലഘട്ടത്തിൽ പ്രാദേശിക ഭാഷകളെ ഉപയോഗിച്ചുകൊണ്ടാണ് ഭക്തിപ്രചാരണം നടത്തിയിരുന്നത്. അതിന്റെ വേറിട്ട ഒരു ഉദാഹരണമാണ് അടൽ പറ്റ്. പിൽക്കാലത്ത് സംസ്കൃതത്തിന്റെ വലിയ സ്വാധീനം ഉണ്ടാവുകയും ഭാഷാപ്രയോഗങ്ങളിൽ അത് പ്രകടമാകുന്നതും കാണാം. ഏതൊരു കലാപ്രകടനവും അവതാരകരും പ്രേക്ഷകരും തമ്മിലുള്ള ആശയവിനിമയം ആകയാൽ ഇരുകൂട്ടർക്കും പ്രാപ്യമാകുന്ന ഭാഷയാണ് തിരഞ്ഞെടുക്കപ്പെടാൻ സാധ്യത. അതുകൊണ്ടുതന്നെയാവണം ഒരു മിശ്രഭാഷാപ്രയോഗം ആടൽ പറ്റിൽ ഉണ്ടായി കാണുന്നത്. ചുരുക്കിപ്പറഞ്ഞാൽ ഇടം പ്രേക്ഷകരെയും, പ്രേക്ഷകർ ഭാഷാ സാഹിത്യത്തെയും, ഭാഷാ സാഹിത്യം കലാരൂപത്തിന്റെ സ്വത്വത്തെയും, കലാരൂപം സമൂഹത്തെയും തീരുമാനിക്കുന്നു എന്നു വേണം കരുതാൻ.

ഗ്രന്ഥസൂചിക:

1. അജിത് കുമാർ വി. പാവനാടകം: ചരിത്രവും പ്രയോഗവും, തിരുവനന്തപുരം, 2006.

2. സ്റ്റുവർട്ട് ബ്ലാക്ക് ബേൺ രാമ സ്റ്റോറിസ് ആൻഡ് ഷാഡോ പപ്പറ്റ് - കമ്പൻസ് രാമായണ ഇൻ പെർഫോമൻസ്, ഓക്സ്ഫോർഡ് യൂണിവേഴ്സിറ്റി പ്രസ്, 1997.

3. വേണു ജി., പപ്പട്രി ആൻഡ് ലെസ്സർ നോൺ ഡാൻസ് ട്രഡീഷൻസ് ഓഫ് കേരള, 1990

4. മുരുകൻ പി., പാലക്കാട് ജില്ലയിലെ ഭഗവതി ക്ഷേത്രങ്ങളിൽ ഉള്ള തോൽപ്പാവക്കൂത്ത്, (തമിഴ്) പ്രസിദ്ധീകരിക്കാത്ത പി. എച്ച്. ഡി. പ്രബന്ധം, ഡിപ്പാർട്ട്മെന്റ് ഓഫ് തമിഴ് യൂണിവേഴ്സിറ്റി ഓഫ് ഭാരതീയാർ, 2009.

അഭിമുഖം:

1. ബാലകൃഷ്ണ പിള്ള പുലവർ, മുതിർന്ന പാവകളിക്കാരൻ, പാലപ്പുറം സംഘം, പാലക്കാട്.

2. അണ്ണാമല പുലവർ, മുതിർന്ന പാവകളിക്കാരൻ പാലപ്പുറം സംഘം പാലക്കാട്.

3. ഉപ്പത്ത് നാരായണൻ നായർ, മുതിർന്ന പാവകളിക്കാരൻ, പാലക്കാട്.

4. സദാനന്ദ പുലവർ മുതിർന്ന പാവകളിക്കാരൻ പാലപ്പുറം, പാലക്കാട്.

5. കെ.എൽ. സുബ്രഹ്മണ്യ പുലവർ, മുതിർന്ന പാവകളിക്കാരൻ, പാലപ്പുറം, പാലക്കാട്.

6. കെഎൽ രാമചന്ദ്രൻ പുലവർ, മുതിർന്ന പാവകളിക്കാരൻ, കൂനത്തറ, പാലക്കാട്.

7. കെ. കെ. രാമചന്ദ്രൻ പുലവർ, മുതിർന്ന പാവകളിക്കാരൻ, കൂനത്തറ, പാലക്കാട്.

8. കെ. കെ. വിശ്വനാഥ പുലവർ, മുതിർന്ന പാവകളിക്കാരൻ, കൂനത്തറ, പാലക്കാട്.

9. കെ. എൽ. ലക്ഷ്മണ പുലവർ, മുതിർന്ന പാവകളിക്കാരൻ, കൂനത്തറ, പാലക്കാട്.

10. കെ. കെ. ലക്ഷ്മണ പുലവർ, മുതിർന്ന പാവകളിക്കാരൻ, കൂനത്തറ, പാലക്കാട്.

9

കാക്കാരശ്ശി നാടകത്തിന്റെ കാണാപുറങ്ങൾ

ഹരിത കെ. പ്രസാദ്

അനുഷ്ഠാനാംശം ഒട്ടുമില്ലാത്തതും ഗ്രാമീണരുടെ ഭാഷയിലും ജീവിതത്തിലും രൂപപ്പെട്ടതുമായ നാടൻ കലകളെയാണ് പൊതുവായി നാടോടിനാടകം എന്ന ഗണത്തിൽ ഉൾക്കൊള്ളിക്കുന്നത്. മധ്യവർഗ്ഗക്കാരായ ജനങ്ങൾക്കു വേണ്ടിയായിരുന്നു ഇത്തരം നാടൻകലകൾ അവതരിപ്പിക്കപ്പെട്ടത്. അധ്വാനശീലരായ ജനങ്ങൾ തങ്ങളുടെ കഠിനാധ്വാനം നിറഞ്ഞ ജോലികളുടെ പിരിമുറുക്കത്തിൽ നിന്നുമുള്ള രക്ഷയായാണ് നാടൻകലകളെ അഥവാ നാടോടിനാടകങ്ങളെ കണ്ടത്. നാടോടിനാടകങ്ങൾ വളർന്നതും വികസിച്ചതും വ്യാപിച്ചതും ഗ്രാമങ്ങളിലെ നാട്ടരങ്ങുകളിലാണ്. കെട്ടുകഥകളെയും പുരാണങ്ങളെയും അടിസ്ഥാനപ്പെടുത്തി പാട്ട്, താളം, വായ്ത്താരി എന്നിവയെല്ലാം ചേർത്ത് നാടൻ കലാകാരന്മാരാണ് നാടോടിനാടകങ്ങൾ ഒരുക്കിയിരുന്നത്. ഭാവനാസമ്പന്നരായ നാട്ടാശാൻമാരുടെ നാടൻ നാട്യക്രമങ്ങളാണ് നാടോടി നാടകങ്ങളുടെ ആട്ടപ്രകാരം.കാക്കാരിശ്ശി നാടകം, വെള്ളരി നാടകം, പൊറാട്ട് നാടകം എന്നിവയാണ് കേരളത്തിൽ അരങ്ങേറിയിരുന്ന പ്രധാന നാടോടിനാടകങ്ങൾ.

കാക്കാലച്ചി നാടകം, കാക്കാല നാടകം, കാക്കാരിശ്ശി നാടകം എന്നീ പേരുകളിൽ അറിയപ്പെട്ടിരുന്ന നാടൻ നാടകവും, കാക്കാരശ്ശി എന്ന ജാതിയും തമ്മിൽ യാതൊരു ബന്ധവും ഇല്ല. പേരിലുള്ള കാക്കാരിശ്ശിയല്ലാതെ കാക്കാലന്മാർ എഴുതിയുണ്ടാക്കിയതോ അവതരിപ്പിക്കുന്നതോ ആയ ഒരു കലാരൂപമല്ല കാക്കാരശ്ശി നാടകം.

തറ നിരപ്പിൽ നിന്നുയർന്ന ഒരു സ്റ്റേജ് കെട്ടിയുണ്ടാക്കിയ ശേഷമാണ് കാക്കാരശ്ശി നാടകം അവതരിപ്പിച്ചു പോരുന്നത്. കാക്കാ

ലൻ, പാട്ടുകാരൻ (തമ്പുരാൻ) വേടൻ, കാക്കാത്തി എന്നിവരാണ് കാക്കാരശ്ശി നാടകത്തിലെ പ്രധാന കഥാപാത്രങ്ങൾ. ഹാർമോണിയം, മൃദംഗം, ഗഞ്ചിറ എന്നിവയാണ് കാക്കാരശ്ശി നാടകത്തിനായി ഉപയോഗിക്കുന്ന വിദ്യോപകരണങ്ങൾ. പന്തളം, കരുനാഗപ്പള്ളി, വള്ളിക്കുന്ന്, കാരക്കാട്, മാന്നാർ, മാങ്കൊമ്പ്, ആലപ്പുഴ, കായംകുളം എന്നീ പ്രദേശങ്ങളിലാണ് ഈ നാടകം പ്രചരിച്ചുപോന്നത്. അലഞ്ഞുതിരിഞ്ഞ് ഭിക്ഷയാചിച്ച് ജീവിക്കുന്നവരാണ് കാക്കാല ജാതിക്കാർ. ഹസ്തരേഖയും മുഖലക്ഷണവും കണ്ടുകൊണ്ട് ഭാവി പറയുക, പക്ഷിശാസ്ത്രം പറയുക എന്നിവയാണ് കാക്കാലന്മാരുടെ പ്രധാന ഉപജീവന മാർഗ്ഗം. ഈ ജീവിതക്രമമാണ് കാക്കാരശ്ശി നാടകത്തിൽ കാണുവാൻ കഴിയുക. നിരവധി ഐതിഹ്യങ്ങളാണ് കാക്കാലന്മാരുമായി ബന്ധപ്പെട്ട് പ്രചരിക്കുന്നത്. അവയിൽ പ്രധാനപ്പെട്ട ഒന്ന് ഗരുഡനുമായി ബന്ധപ്പെട്ടതാണ്. ഒരു കാലത്ത് ഗരുഡൻ മനുഷ്യരെ പിടിച്ച് തിന്നുവാൻ തുടങ്ങി. അക്കൂട്ടത്തിൽ ചില ബ്രഹ്മണരെയും ഗരുഡൻ ഭക്ഷിക്കുകയുണ്ടായി. ഇതിൽ ഗരുഡന്റെ അമ്മയായ വിനിത ദു:ഖിതയായി. അങ്ങനെ ഗരുഡൻ താൻ ഭക്ഷിച്ച ബ്രഹ്മണരെ കക്കിച്ചുവെന്നും, കക്കിച്ച ബ്രാഹ്മണരാണ് കാക്കാലരെന്നും പറഞ്ഞുവരുന്നു. ഫ്യൂഡൽ വ്യവസ്ഥ നിലനിന്നിരുന്നു ഒരുകാലത്ത് തങ്ങളുടെ പൂർവ്വീകർ ബ്രാഹ്മണരാണെന്ന് വരുത്തി തീർക്കുവാൻ സൃഷ്ടിച്ച ഒരു കഥയായിരിക്കാം ഇത്. ശ്രീപരമേശ്വരനും പാർവ്വതിയും വേഷം മാറി നടന്നപ്പോൾ ജനിച്ചവരാണ് കാക്കാലന്മാർ എന്നും ഐതിഹ്യമുണ്ട്.

നാടുനീളെ തങ്ങളുടെ കലാരൂപവുമായി നടന്ന് ജീവിതം നീക്കുന്ന കാക്കാലൻ തമ്പുരാന്റെ വീട്ടിലെത്തുന്നതോടെയാണ് പന്തളം ദേശത്തിൽ പ്രചരിച്ചിരുന്ന കാക്കാരശ്ശി നാടകത്തിന്റെ കഥ ആരംഭിക്കുന്നത്. പന്തളം ദേശത്ത് പ്രചരിച്ചിരുന്നതിനാലാകാം തന്റെ നാടും വീടും വ്യക്തമാക്കുമ്പോൾ കാക്കാലൻ പന്തളത്തെയാണ് ദേശമായി പറയുന്നത്. അതിന് തെളിവ് കാക്കാരശ്ശിയിൽ തന്നെയുണ്ട്.

'അടിയന്റെ ദിക്കുപേരും
പേരും പറഞ്ഞീടാമേ
പന്തളം എന്ന ദേശം
സ്വന്തമായുള്ള ദിക്കെൽ
വീട്ടിൽ വാഴുന്ന ഞാനേ
ഇന്നീസഭ തന്നിലെ

കാക്കാന്റെ വേഷം കെട്ടി...'

കാക്കാലന്റെയും കാക്കാത്തിമാരുടെയും വരവോട് കൂടി തമ്പുരാന്റെ വീട്ടിൽ കലാസ്വാദനത്തിനുള്ള വേദിയൊരുങ്ങി. പാട്ടുകാരനാണ് തമ്പുരാനായി വേഷമിടുന്നത്. അയാളുടെ ചോദ്യങ്ങളിലൂടെയാണ് കാക്കാരശ്ശി നാടകം മുന്നോട്ടു പോകുന്നത്. പുരാണങ്ങളിൽ നിന്നും കടംകൊണ്ട കഥകളുടെ ഗ്രാമീണശൈലിയിലുള്ള ഹൃദ്യമായി ആവിഷ്കരണങ്ങളാണ് കാക്കാലന്റെയും കാക്കാത്തിമാരുടെയും കലാപ്രകടനങ്ങൾ. ഒന്നാം രംഗത്തിന്റെ അവസാനത്തിൽ നിസാരമായ വാക്കുതർക്കത്തിൽപ്പെട്ട് കാക്കാലനും കാക്കാത്തിമാരും വേർപിരിയുന്നു. നൈമിഷികമായ അസ്വാരസ്യങ്ങളിൽപ്പെട്ട് താൽക്കാലികമായി പിരിയുകയും പിന്നീട് ചേരുന്നതുമൊക്കെ ഗ്രാമീണമായ കുടുംബ ജീവിതത്തിന്റെ ഭാഗമാണല്ലോ. രണ്ടാം രംഗത്തിൽ വേർപിരിയപ്പെട്ട കാക്കാത്തിമാരിലൊരുവൾ വനത്തിൽ ഒറ്റക്ക് പ്രത്യക്ഷപ്പെടുന്നു. മൃഗത്തെ കണ്ടു ഭയന്ന് നിലവിളിക്കുന്ന കാക്കാത്തിയുടെ ശബ്ദം കേട്ട് ഭീകരരൂപിയായ വേടൻ പ്രത്യക്ഷപ്പെടുന്നു. നളചരിതത്തിലെ കഥക്ക് സമാനമായി തന്നെ വേടൻ മൃഗത്തെ കൊന്ന്, കാക്കാത്തിയുടെ അംഗലാവണ്യങ്ങളിൽ മയങ്ങി തന്റെ കാമപൂർത്തിക്ക് അവളെ ഉപകരണമാക്കാൻ ശ്രമിക്കുന്നു. തുടർന്ന് കാക്കാത്തിയുടെ ശാപവും വേടന്റെ പതനവും സംഭവിക്കുന്നതോടെ ഒരു രംഗം കൂടി അവസാനിക്കുന്നു. മൂന്നാം രംഗത്തിൽ നൈമിഷികമായ അപ്രിയങ്ങളുടെ കാലം അവസാനിപ്പിച്ച് കാക്കാലൻ കാക്കാത്തിമാരെ തിരിക്കി ഇറങ്ങുകയായി. താഴെക്കിടയിലുള്ള ഗ്രാമീണന്റെ നിഷ്കളങ്കതയാണ് ഇവിടെ കാണുന്നത്. വേർപിരിയപ്പെട്ട കാക്കാലർ വീണ്ടും കണ്ടെത്തുകയും ജീവിതയാത്ര തുടരുകയും ചെയ്യുന്നു. പിന്നെയും ആദ്യ രംഗത്തിലേതു പോലെ കലാപരിപാടികളുടെ ഒരു തകർപ്പ് തന്നെയാണ്. അവസാനം തന്റെ കയ്യിലുള്ള പാമ്പിന്റെ കടിയേറ്റ് കാക്കാലൻ മരിക്കുന്നു. ശവദാഹത്തെക്കുറിച്ചും പിന്നീടുള്ള പതിനാറടിയന്തിരത്തെക്കുറിച്ചും ചർച്ച തുടരുമ്പോൾ സദ്യ തനിക്കും വേണമെന്ന ആവശ്യത്തോടെ കാക്കാലൻ ചാടിയെഴുന്നേൽക്കുമ്പോൾ ചിരിയിൽ തുടങ്ങുന്ന നാടകം ചിരിയിൽ തന്നെ അവസാനിക്കുന്നു.

കാക്കാരശ്ശി നാടകത്തിലെ ഭാഷയാണ് കാക്കാരശ്ശിനാടകം കാക്കാലൻ എഴുതി ഉണ്ടാക്കിയതല്ലെന്നതിന് ഏറ്റവും വലിയ തെളിവ്. ഉദാഹരണമായി കാക്കാത്തിയുടെ അംഗലാവണ്യം കണ്ടുമയങ്ങുന്ന വേടന്റെ ഭാഷ തന്നെ ശ്രദ്ധിക്കാം.

ആരഹോ! ഈ നാരീശിരോമണി
മന്നിടമതിലുള്ള സർവയുവതീജനം
ഇന്നിവൾക്കടിമകളെന്നു തോന്നീടും കണ്ടാൽ
ലക്ഷ്മിയോ സർവാണിയോ
രംഭയോ, രതിയോ
ഉർവ്വശി മേനകയോ
ചാരുരൂപഗുണപൂരമശേഷം
പാരിടത്തിലൊരുനാരിയിലാക്കി
കമലാസനനിങ്ങനെ നിർമ്മിച്ചതീ
വനതലമതിൽ വിട്ടതതിശയമഹോ

വേടന്റെ ഭാഷ സംസ്കൃത ബഹുലമാണ്. എന്നാൽ അതിന് മറുപടി നൽകുന്ന കാക്കാത്തിയുടെ ഭാഷ നാട്ടുമൊഴിയായ മലയാളമാണ്. ഇങ്ങനെ രണ്ടു തരത്തിലുള്ള ഭാഷാവ്യത്യാസം കാക്കാരശ്ശി നാടകത്തിൽ കാണാൻ സാധിക്കും. ഇതുകൂടാതെ നളചരിതം, രാമായണം എന്നിവ പ്രാദേശികമായ രീതിയിൽ കാക്കാരശ്ശി നാടകത്തിൽ അവതരിപ്പിക്കുന്നുണ്ട്. അതിനാൽത്തന്നെയും സംസ്കൃത പരിജ്ഞാനമുള്ള, നളചരിതവും, രാമായണവും അറിവുള്ള ഒരു പണ്ഡിതന്റെ കരങ്ങൾ കാക്കാരശ്ശി നാടകത്തിന്റെ പിറകിൽ കാണാൻ സാധിക്കും.

കാക്കാരശ്ശി നാടകത്തിന്റെ കഥക്ക് കാക്കാരശ്ശിയിൽ ഏറെ പ്രസക്തിയൊന്നുമില്ല. കാക്കാരശ്ശിയെ ഇന്നും തികച്ചും ആസ്വാദ്യകരമായ ഒരു കലാരൂപമായി നിലനിർത്തുന്നത് അതിൽ നിറഞ്ഞുനിൽക്കുന്ന കൂർത്ത പരിഹാസവും ഫലിതബോധവുമാണ്. കേന്ദ്രകഥാപാത്രമായ കാക്കാൻ വിഡ്ഢിത്തത്തിന്റെയും എന്നാൽ നർമ്മ ബോധത്തിന്റെയും ഒരു സമിശ്രമാണ്. ഇതിനൊപ്പം തന്നെ മൂർച്ചയേറിയ സാമൂഹികവിമർശനവും കാക്കാരശ്ശി നാടകം നടത്തുന്നുണ്ട്. കാക്കാരശ്ശി നാടകത്തിന്റെ തുടക്കഭാഗത്തിൽ തന്നെ താളംപിഴച്ച കാക്കാനെ തമ്പുരാൻ ചോദ്യം ചെയ്യുമ്പോൾ ഇവിടെയെല്ലാം പിഴവാണെന്ന മറുപടിയാണ് കാക്കാൻ നൽകുന്നത്. കെട്ടുപെഴ, താളംപെഴ, മേളംപെഴ എന്നു പറഞ്ഞു തുടങ്ങി ഒടുവിൽ തമ്പുരാനും പെഴയാണെന്ന് വിക്കിയെങ്കിലും പറഞ്ഞുവയ്ക്കുന്നു. നിലനിൽക്കുന്ന വ്യവസ്ഥിതികളെല്ലാം തന്നെ താറുമാറായി കിടക്കുകയാണെന്ന സാമൂഹിക വിമർശനമാണ് ഇവിടെ കാണാൻ സാധിക്കുക. കാക്കാരശ്ശി നാടകത്തിന്റെ മറ്റൊരു ഭാഗത്ത് എലികളെ പറ്റി കാക്കാലൻ ഇങ്ങനെ പറയുന്നു.

എന്റെലി ചുണ്ടെലി, പുരയെലി അറയെലി
വേലിക്കൽ ചാക്കോ, ഇങ്ങനെ
പന്ത്രണ്ടെലികൾ കൂടി
അതിലൊരു കഴുവേറി, മിടുക്കുള്ള കഴിവേറി
പത്തായം കരണ്ടെന്നും പഴവിത്ത് തൊലിച്ചെന്നും
പറവേലിപ്പടിക്കലെ ചുമടുതാങ്ങി കരണ്ടെന്നും
ഭഗവാനിരുന്നൊരു പച്ചക്കുലകരണ്ടെലി
വഴിപാടുകാരുടെ കൂലിക്കുട്ട കരണ്ടെലി

ഇങ്ങനെ അത് തുടർന്നു പോവുകയാണ്. റോഡ് കടവ് പാലത്തിന്റെ (പന്തളത്ത് അച്ചൻകോവിലാറിന്റെ കുറുകെയുണ്ടായിരുന്ന പാലം) ആപ്പു കരളുകയും പഴക്കൊലയും പച്ചക്കൊലയും കരളുകയും ചെയ്യുന്ന എലി വെറും ഹാസ്യചിത്രമല്ല എന്ന് വ്യക്തമാണ്. കണ്ടൻ, കോമരൻ, ചുണ്ടൻ, തടിയൻ ഇങ്ങനെയുള്ള എലികൾ കാക്കാരശ്ശി കാണുവാൻ എത്തിയിരുന്ന സമൂഹത്തിലെ ഉന്നതശ്രേണിയിൽ തന്നെയുള്ളവരായിരുന്നു. ഇവർ നടത്തിയിരുന്ന മോഷണത്തെ പരിഹസിക്കുകയാണ് ഈ വരികളിലൂടെ.

മറ്റൊരു വരിയിൽ ഇപ്രകാരമാണ് പറയുന്നത്.

മല്ലൻപണിക്കൊരു ഗുളികയാലേ
തുള്ളപണിയായി തീർന്നുപോകും
ജലദോഷപനിക്ക് ചികിത്സിച്ചാലും
സന്നിപാതജ്വരമായിടുമേ
ചുമയ്ക്ക് നല്ലൊരു വൈദ്യം ചൊല്ലാം
കാറക്കണ്ടം മാത്രം മതി
വായുവുണ്ടെങ്കിൽ മരുന്നുതരാം
വായുദേഹത്തിലില്ലാതെയാവും
വയറുവീർപ്പിന്നടിയൻ ചികിത്സിച്ചാൽ
പത്താം മാസത്തിൽ വെളിക്കു കാണും
ആയിരംകണിക്കു ചികിത്സിച്ചാലോ
അന്നേ മലർന്നങ്ങു കണ്ണടയ്ക്കും

പൊട്ടുവൈദ്യന്മാരും മർമ്മാണി ചികിത്സകരും ഇന്നത്തെ പോലെ പണ്ടും നമ്മുടെ സമൂഹത്തിൽ സുലഭമായിരുന്നല്ലോ. ഇവർക്കെതിരെയുള്ള മൂർച്ചയേറിയ വിമർശനമാണ് കാക്കാലന്റെ ചികിത്സാവിധി. കാക്കാലന്റെ വൈദ്യം മരണത്തിനു ശേഷം ലഭിക്കുന്ന ചോറ് ലക്ഷ്യമാക്കിയിട്ടുള്ളതാണ്. രോഗി ചത്താലും വേണ്ടില്ല, പണം വിഴുങ്ങുകയെന്നതായിരുന്നുവല്ലോ ചില വൈദ്യന്മാരുടെ ല

ക്ഷ്യം. അക്കാലത്തെ ഈ സാമൂഹ്യക്രമത്തെ പരിഹാസരൂപേണ അവതരിപ്പിക്കുകയാണ് കാക്കാലൻ. മറ്റൊരു രസകരമായ വരികളിതാണ്.

അമ്പലപ്പുഴയൊരു ദോശക്കടയിൽ
കോലപ്പച്ചാരെന്നൊരു വിദ്വാൻ
പാലപ്പം തിന്നവശതയായിട്ടോടി-
ചെന്നരയാലിന്മേൽ കയറി
ഇത്തപ്പൊടിന്നെന്നവിടെ മറിഞ്ഞു
ഗണപതി പഹവാൻ കണ്ടുചിരിച്ചു

ശപ്പാടുരാമനായ കോലപ്പച്ചാർ (ഇയാളും മറ്റൊരാളുടെ പ്രതിനിധി തന്നെ) മറിഞ്ഞു വീഴുമ്പോൾ കണ്ടു ചിരിക്കുന്നത് ഗണപതി പഹവാൻ തന്നെയായാൽ പിന്നെ കാക്കാനെ ആരും കുറ്റം പറയില്ലല്ലോ. മേലനങ്ങാതെ വയർ നിറച്ചുണ്ണുന്നവരെ പരിഹസിക്കുകയാണ് ഈ വരികളിലൂടെ കാക്കാൻ.

ഫ്യൂഡൽ വ്യവസ്ഥിതി നിലിനിന്നിരുന്ന കേരളത്തിൽ പെണ്ണ് ഒരു ഭോഗവസ്തുവായിരുന്നല്ലോ. സ്ത്രീകളെ കാമപൂർത്തീകരണത്തിന് മാത്രമുള്ള ഉപകരണമായി കണ്ടിരുന്ന നിരവധി ആൾകാർ അക്കാലത്തും സുലഭമായിരുന്നു. അധികാരത്തിന്റെയും ശക്തിയുടെയും കേന്ദ്രങ്ങളായിരുന്നു ഇക്കൂട്ടർ. ഇവരെ ശക്തമായി കളിയാക്കുകയാണ് കാക്കാലൻ തന്റെ തുള്ളലിൽ.

പപ്പാച്ചേരി പപ്പുച്ചാരും
കുപ്പക്കുഴിയിൽ കിട്ടൂച്ചാരും
സുന്ദരിമണിയും കണ്ടുകുഴങ്ങി
തന്തപ്പൻ കലഹിച്ചുതുടങ്ങി
കിട്ടൂച്ചാര് പറഞ്ഞ നേരം
ഇപ്പോഴെന്നെ നോക്കിയതെന്ന്
പാപ്പുച്ചാരു പറഞ്ഞന്നേരം
എന്നേത്തന്നെ നോക്കീട്ടുള്ളു

....

ഇരുവരുകൂടി കലഹിച്ചങ്ങനെ
സുന്ദരിമണിയുടെ ചാരത്തെത്തി
ഏഹേ നിങ്ങൾ ആരേ നോക്കി?
തണ്ടാർ മിഴിയതിനുത്തരമോതി
രണ്ടാളിനേയും നോക്കിയിട്ടില്ല

ഇത് സഹിക്കാൻ പറ്റുന്ന കാര്യമല്ലല്ലോ. സുന്ദരിമണിയെ പ്രതി

യാക്കി ഒരന്യായം ഫയൽ ചെയ്യാമെന്നായി തീരുമാനം. പപ്പാച്ചേരി പപ്പൂച്ചാരും കുപ്പക്കുഴിയിൽ കിട്ടൂച്ചാരും ജീവിച്ചിരുന്ന രണ്ട് വ്യക്തികൾ തന്നെ ആയിരിക്കാം. അഥവാ ജീവിച്ചിരുന്ന രണ്ടുപേർക്ക് സ്വീകരിച്ച അപരനാമങ്ങളാവാം. എന്തായാലും സുന്ദരിമണിയെ കണ്ടു കുഴങ്ങുകയും വഴങ്ങാതിരുന്നാൽ ഒന്നാം ക്ലാസിലൊരന്യായം കൊടുക്കാൻ മാത്രമല്ല നേരിട്ട് തന്നെ ശിക്ഷിക്കാൻ കഴിയുമായിരുന്ന പപ്പൂച്ചാന്മാർ അക്കാലത്ത് ഒരതിശയോക്തിയോ അപൂർവ്വതയോ ആയിരുന്നില്ല.

'നിന്നെ സംബന്ധം ചെയ്തിട്ടുണ്ടോ.?
എന്നെ ആരും ചെയ്തിട്ടില്ല.
എന്നാലെന്താ ഞാനായാൽ?'

എന്നതാണ് വിചാരണയിലെ ചോദ്യം. നീതിയേയും നീതി പീഠത്തെയും നോക്കിയാണ് ഈ ആഴമേറിയ പരിഹാസം. അക്കാലത്തെ നീതിപീഠങ്ങൾ എത്രമാത്രം നീതി നിഷേധങ്ങളായിരുന്നു എന്നതിന് തെളിവാണ് ഈ വരികൾ.

കഥകളിപോലെ സമൂഹത്തിലെ ഒരു ന്യൂനപക്ഷത്തിനു മാത്രം ആസ്വാദ്യകരമായിരുന്ന പുരാണകഥകളെ ജനകീയമാക്കി അവതരിപ്പിക്കുന്നതിൽ പടയണിയും കാക്കാരശ്ശിയുമൊക്കെ വഹിച്ച പങ്ക് വളരെ വലുതാണ്. പച്ചമലയാളത്തിൽ രാമായണം കഥയും മറ്റും ലളിതവും മനോഹരവുമായി അവതരിപ്പിക്കപ്പെട്ടത് അതുവഴിയാണ്. ഉദാഹരണമായി രാമായണത്തെ കാക്കാരശ്ശിയിൽ അവതരിപ്പിക്കുന്നത് ഇപ്രകാരമാണ്.

സുന്ദരിയാം സീത തന്റെ
വാർത്തയൽപ്പം ചൊല്ലാം
രാമദേവൻ കാനനത്തിൽ
പോകുമെന്നു ചൊല്ലി
കാനനത്തിൽ പോകുമെങ്കിൽ
ഞാനും കൂടി പോരും
കാനനത്തിൽ ചെന്ന് പർണ-
ശാലയതും കെട്ടി
തമ്പിയായ് ലക്ഷ്മണനെ
കാവലാക്കി വെച്ചു

ഇങ്ങനെ പോകുന്നു കാക്കാരശ്ശി നാടകത്തിലെ രാമായണ ഭാഗങ്ങൾ. ഇത്തരം പരാവർത്തനങ്ങൾ നമ്മുടെ സാഹിത്യത്തിൽ ഒരിക്കൽ പോലും പഠനവിഷയമായിട്ടില്ല.

പച്ചമലയാളത്തിൽ പാട്ടുപാടി നടക്കുന്ന കാക്കാലനും സംസ്കൃത ഭാഷയിൽ സംസാരിക്കുന്ന വേടനും കാക്കാരശ്ശി നാടകത്തിൽ കാണുവാൻ സാധിക്കും. സംസ്കൃത ഭാഷ സംസാരിക്കുന്ന വേടൻ പ്രതിനിധാനം ചെയ്യുന്നത് വരേണ്യവർഗ്ഗത്തെ തന്നെയാണ്. കാക്കാത്തിയുടെ ചാരിത്രം കവരാനെത്തുന്ന വേടൻ അവളുടെ ശാപവചനത്തിൽ വെന്തെരിഞ്ഞു പോകുന്നു. അടിച്ചമർത്തപ്പെട്ട ഒരു വർഗ്ഗത്തിന്റെ ആത്മാവിഷ്ക്കാരമായിരുന്നു കക്കാരശ്ശി നാടകമെന്ന് ഇതിൽ നിന്ന് ബോധ്യമാണല്ലോ.

നമ്മുടെ പല നാടൻ കലകളെയും നഷ്ടപ്പെട്ടുകൊണ്ടിരിക്കുന്ന ഒരുകാലമാണ്. കാക്കാരശ്ശി നാടകം ഉടലെടുത്ത മധ്യതിരുവിതാംകൂറിലെ പന്തളം, താമരക്കുടി തുടങ്ങിയ പ്രദേശങ്ങളിലെ കാക്കാരശ്ശി കലാകാരന്മാർ ഇപ്പോഴും ജീവിച്ചിരിക്കുന്നുണ്ടെങ്കിലും ഇവരാരും ഇന്ന് അരങ്ങിലെത്താവുന്ന ആരോഗ്യ അവസ്ഥയിലല്ല. പുതിയ തലമുറയിലേക്ക് ഒന്നും പകർന്നു കൊടുക്കപ്പെടുന്നുമില്ല. ചലച്ചിത്ര പ്രണയിനികളായ നമ്മുടെ തലമുറയ്ക്ക് ഇതിലൊന്നും താൽപ്പര്യവും ഇല്ല. ദേശീയ ആഘോഷങ്ങൾക്ക് നഗരവീഥിയിലൂടെ അണിയിച്ചുകൊണ്ടുപോയി വിദേശികളെ കാണിക്കുവാനുള്ള ചില വേഷങ്ങൾ മാത്രമായി നമ്മുടെ നാടൻ കലകളെല്ലാം തന്നെ.

സഹായ ഗ്രന്ഥം

കാക്കാരിശ്ശി നാടകം (ജി. ഭാർഗ്ഗവൻ പിള്ള, 2004, കേരള ഭാഷാ ഇൻസ്റ്റിറ്റ്യൂട്ട്, തിരുവന്തപുരം)

൦൦

10

നാടോടിവിജ്ഞാനീയം തുളു നാടൻപാട്ടുകളിൽ

വനജ കെ.വി.

നാടോടിവിജ്ഞാനീയം (Folkloristics) ഒരു പഠനവിഷയം മാത്രമല്ല പഠനരീതി കൂടിയാണ്. നാടൻകലാരൂപങ്ങൾ, വാമൊഴികൾ, നാട്ടുപാചകം, നാട്ടുവൈദ്യം, കരകൗശലങ്ങൾ തുടങ്ങിയവയെ വിശകലനം ചെയ്യുന്ന രീതിയെ നാടോടിവിജ്ഞാനീയരീതിശാസ്ത്രം (folkloristics Methodology) എന്ന് പറയാം. തുളു നാടൻപാട്ടുകളെ ഈ രീതിശാസ്ത്രത്തിന്റെ ഉപാധികളെ അടിസ്ഥാനപ്പെടുത്തി വിശകലനം ചെയ്യുവാനും ഒരു പ്രയോഗമാതൃകയായി മുന്നോട്ട് വയ്ക്കുവാനും ഈ പ്രബന്ധം ശ്രമിക്കുന്നു. ആവേദകരിൽ നിന്നും നേരിട്ട് ശേഖരിച്ച നാടൻപാട്ടുകളാണ് പഠനത്തിനായി തിരഞ്ഞെടുത്തിട്ടുള്ളത്. ഒപ്പം അവരുടെ വിശദീകരണങ്ങളും രേഖപ്പെടുത്തിയിരിക്കുന്നു.

കാസറഗോഡ് ജില്ലയും ദക്ഷിണ കർണാടകയും ഉൾപ്പെടുന്ന ഭൂപ്രദേശമാണ് തുളുനാട് എന്ന പേരിൽ ചരിത്രത്തിൽ ഇടം നേടിയത്. തുളു മാതൃഭാഷയായിട്ടുള്ള ജനതയുടെ ദേശം എന്ന അർത്ഥത്തിലാണ് തുളുനാട് എന്ന് വ്യവഹരിക്കുന്നത്. ഭാഷ മാത്രമല്ല വൈവിധ്യങ്ങളായ ഗോത്രങ്ങളും ആചാരവഴക്കങ്ങളും കലാരൂപങ്ങളും വാമൊഴികളും കൊണ്ട് സമ്പന്നമായ പ്രാക്തനസംസ്കാരവും തുളുവർക്കിടയിലുണ്ട്. സത്യം- ധർമം- നീതി എന്നീ മൂല്യങ്ങൾക്ക് പ്രാധാന്യം നൽകുന്നവരാണ് തുളുവർ. തുളു വാമൊഴിവഴക്കങ്ങളുടെയും കലകളുടെയും ആത്മാവ് ഈ മൂല്യങ്ങളാണ്. കുടിയേറ്റവും അധിനിവേശവും നിമിത്തം തുളുനാട്ടിൽ സാംസ്കാരിക മിശ്രണം സംഭവിക്കുകയും ഭാഷാസമൂഹങ്ങൾ തിരോഭാവത്തിന്റെ വക്കിലെത്തുകയും ചെയ്തു.

തുളുനാടിന്റെ വിഭജനത്തോടെ കാസറഗോഡ് കേരളത്തിന്റെ ഭാഗമായി മാറിയെങ്കിലും വ്യത്യസ്തവും അമൂർത്തവുമായ സാംസ്കാരിക പശ്ചാത്തലവും ജീവിതശൈലിയും തനിമയും ഈ പ്രദേശത്തിന് അവകാശപ്പെടാനുണ്ട്. തുളു- കന്നട- മലയാള സംസ്കാരങ്ങൾ, വിവിധങ്ങളായ ജാതിമത വൈദേശിക ബന്ധങ്ങൾ ഇവയെല്ലാം കാസറഗോഡിനെ ബഹുഭാഷാ സംസ്കാരഭൂമിയാക്കി മാറ്റി. ഭാഷാ സംസ്കാരവൈവിധ്യങ്ങളുടെ ഒരു പ്രദർശനശാലയാണ് കാസർഗോഡ്. എന്നാൽ ഇവിടെ പ്രദർശനശാല നിർജീവമായതല്ല ഓജസും ചൈതന്യവും ഉള്ള പാരമ്പര്യം അതിൽ ലയിച്ചു കിടക്കുന്നുണ്ട്. തുളുനാടിന്റെ സാംസ്കാരികസ്വത്വം കാസർഗോഡിൽ നിന്നും ഭസ്മീകരിക്കപ്പെട്ടിട്ടില്ല. തുളു സംസ്കൃതിയുടെ സാന്നിധ്യം ഇന്നും ഇവിടെ കാണപ്പെടുന്ന എല്ലാ കലകളുടെയും അടിത്തറയായിട്ടുണ്ട്. ഗോത്രപാരമ്പര്യവും നാടോടിസാഹിത്യവും നാടിന്റെ സാംസ്കാരികസ്വത്വത്തിന്റെ അന്വേഷണത്തിന് ഏറെ മുതൽക്കൂട്ടാകുന്നവയാണ്.

തുളു നാടൻപാട്ടുകൾ – വർഗീകരണം.

തുളുവിലെ നാടൻപാട്ടുകളുടെ വർഗീകരണം നാടൻ പാട്ടുകളുടെ ധർമ്മത്തെയും പാടിവരുന്ന സന്ദർഭത്തെയും അടിസ്ഥാനമാക്കിയാണ്. ഇവ രണ്ടു വിധം. പാഡ്ദണകളും കബിതകളും. അനുഷ്ഠാനങ്ങളോടനുബന്ധിച്ച് പാടി വരുന്ന പാട്ടുകളാണ് പാഡ്ദണകൾ. തെയ്യത്തോറ്റം, കന്യാപൂ പാട്ട്, മാതിരപ്പാട്ട്, നാഗരാധന ഇവയെല്ലാം ഇതിൽപ്പെടുന്നു. കൃഷി, വിവാഹം, ഋതുമതി കല്യാണം എന്നിവയോട് ബന്ധപ്പെട്ട് കിടക്കുന്ന പാട്ടുകളെ കബിത എന്ന് പറയും. നായാട്ടുപാട്ടുകളും മറ്റു ചില കബിതകളും മാവിലരുടെ മംഗലംകളിപ്പാട്ടായും ഉപയോഗിച്ചുവരുന്നു. ആശംസപാട്ടുകളെ ദാരിലോ എന്നാണ് വിളിക്കുന്നത്. ഇവയെ കബിതയിലെ ഉപവിഭാഗങ്ങളായി കാണാം.

നാടോടിവിജ്ഞാനീയവും തുളു നാടൻപാട്ടുകളും

കാസർഗോഡിലെ തുളുവർക്കിടയിൽ ഏറ്റവും പിന്നാക്കം നിൽക്കുന്നവരും പ്രാചീനമായ തുളുഭാഷ സംസാരിക്കുന്നവരുമാണ് കൊറഗർ. ഇവർക്കിടയിലെ ധീരനായ ഒരുവനെ തെയ്യമായി കെട്ടി ആരാധിച്ചുപോരുന്നു എന്നത് സാമൂഹികാസമത്വത്തെ എറിഞ്ഞുടയ്ക്കുവാൻ കൂടിയാവണം. കൊറഗതനിയ എന്ന തെയ്യം നിർവഹിക്കുന്ന ധർമ്മം കൂടിയാണ് ഇത്. ഉറവൊനവൊടിയന്റെയും കൊറുപ്പുളു മയിലെയുടെയും നേർച്ചയുടെ ഫലമായി കൊറഗതനിയ എ

ന്ന കുട്ടി ജനിക്കുകയും അച്ഛന്റെയും അമ്മയുടെയും മരണശേഷം തനിച്ചായ ബാലനെ ബൈത്തുള്ളു സമുദായാംഗമായ ദാരക്ക സ്വന്തം മകനെപ്പോലെ വളർത്തുകയും ചെയ്യുന്നു. ബൈത്തുള്ളു കുടുംബത്തിന്റെ സമൃദ്ധമായ ദിനങ്ങളെ പിന്നീട് പാഡ്ദണയിൽ വിവരിക്കുന്നു. തുടർന്നു വരുന്നത് കൊറഗതനിയ ദൈവക്കരുവായി മാറിയ സന്ദർഭത്തെ വിശദീകരിക്കുന്ന ഭാഗമാണ്. ദാരക്കയുടെ കുടുംബത്തിൽ നിന്നും തെയ്യസ്ഥാനത്തേക്ക് കൊണ്ടുപോകേണ്ട ഏഴു തെങ്ങിലെ കുരുത്തോലയും ഏഴു കവുങ്ങിലെ പൂക്കുലയും പൊട്ടിക്കാൻ മൊകേരനെയോ ബൈലബാക്കുടനെയോ മുണ്ടലതായ സമുദായക്കാരനെയോ ലഭിക്കാഞ്ഞതിനാൽ കൊറഗതനിയ ഒറ്റയ്ക്ക് കുരുത്തോലയും പൂക്കുലയും പൊട്ടിച്ചിടുന്നു. അവന്റെ ആവശ്യമനുസരിച്ച് ദാരക്ക ബൈത്തുള്ളൂ കഞ്ഞിയും മീൻകറിയും കള്ളും വച്ചുകൊടുക്കുകയും അതു കഴിച്ച കൊറഗ കുരുത്തോലയെയും പൂക്കുലയും കെട്ടിവച്ച് ചുമന്ന് കദ്രി മഞ്ജുനാഥയിലെ മൈസന്തായന്റെ ദേവസ്ഥാനത്തേക്ക് കൊണ്ടുപോവുകയും ചെയ്യുന്നു. തെയ്യത്തിനു വേണ്ട സാധനങ്ങൾ കൊണ്ടുവരുന്നത് താഴ്ന്ന കുലജാതനായ കൊറഗനാണെന്ന് മനസ്സിലാക്കിയ മൈസന്തായൻ പൂക്കുല ഒരു അരികിൽ വച്ച് അകത്തേക്ക് കടക്കാതെ മടങ്ങി പോകാൻ ആവശ്യപ്പെട്ടു. ഇത് ഇഷ്ടപ്പെടാത്ത കൊറഗ താൻ കൊണ്ടുവന്ന ഓലയും പൂക്കുലയും തെയ്യത്തിന് ആകാമെങ്കിൽ പിന്നെ എന്തുകൊണ്ട് തന്നെ ആയിക്കൂടാ എന്ന ചോദ്യം ഉന്നയിക്കുന്നു.

'കാടകൊറഗെ കൊണത്തിനെ യവുളു
ദൂരെ വൻതടിത് പണ്ണക
അപക പൺപെ കൊറഗുള്ള തനയെ
ദൈയ്യോ ഗാവ്ഗെ
യാനു ദായക അവന്തൊന്താ..?

ഉയർന്ന സമുദായത്തിന് നേർക്കുള്ള ദളിതന്റെ തീക്ഷ്ണമായ ഒരു ചോദ്യമാണിത്. വിലക്കുകൾ ലംഘിച്ച് അകത്ത് കടന്ന കൊറഗതനിയ മുറ്റത്തെ മാതളനാരകമരത്തിലേക്ക് ചൂണ്ടി, 'അമ്മയ്ക്ക് അച്ചാർ ഉണ്ടാക്കുവാൻ നാരങ്ങ നൽകാമെന്ന് ഞാൻ വാക്ക് കൊടുത്തിട്ടുണ്ടായിരുന്നു' എന്നും പറഞ്ഞു നാരകത്തിലേക്ക് വലിഞ്ഞു കയറി. മൈ സന്തായനും ബബരീയനും (തുളു തെയ്യങ്ങൾ) ഇത് നോക്കിനിൽക്കെ കൊറഗൻ മായയായി. ഇങ്ങനെ കൊറഗതനിയ എന്ന ദൈവം തുളുനാട്ടിൽ രൂപപ്പെട്ടു.

തെയ്യം സത്യത്തിന്റെയും അതേസമയം മായയുടെയും പ്രതീ

കമാണ് ചരിത്രത്തിൽ പലയിടങ്ങളിലും ആധിപത്യം സ്ഥാപിച്ച ഭരണാധികാരികളോടും ഉയർന്ന ജാതിക്കാരോടും സത്യധർമ്മങ്ങൾക്ക് വേണ്ടിയും നീതിക്കുവേണ്ടിയും പോരാടിയ തുളുവരുടെ ജീവിതം തന്നെയാണ് ഇത്. ഒരേസമയം കരഞ്ഞും ചിരിച്ചുമിരിക്കുന്ന കൊറഗന്റെ സ്ഥിതിയാണ് സാധാരണക്കാർക്ക് ഉണ്ടായിരുന്നത്.

അവളു ഒറതൂണക തെലിപ്പുണ്ടൂ അപ്പേറേ
ഒറ തൂണക ബുലിപ്പുണ്ടെ.

തന്റെ നഷ്ടങ്ങളെ ഓർത്തു കരയുകയും അതേസമയം അതിനെ ഉൾക്കൊള്ളാൻ ശ്രമിച്ച് ചിരിക്കുകയും ചെയ്യുന്ന കൊറഗ സാമൂഹിക അസമത്വത്തിന്റെ ഇരകളാകുന്ന ഗോത്രവർഗ്ഗത്തിന്റെ പ്രതിനിധിയാണ്.

ജാതിവ്യവസ്ഥയുടെയും തൊട്ടുകൂടായ്മയുടെയും വ്യക്തമായ ചരിത്രം ഈ പാഡ്ദണയിലുണ്ട്. ഓരോ സമുദായത്തിന്റെയും കുലത്തൊഴിൽ എന്താണെന്നും, അതിൽ നിന്നും മാറി സഞ്ചരിക്കുന്നത് സത്യധർമ്മങ്ങൾക്ക് എതിരായിരിക്കുമെന്നുമുള്ള ജീവിതമൂല്യങ്ങളെ പാഡ്ദണയിലൂടെ തലമുറകളിലേക്ക് കൈമാറ്റം ചെയ്യപ്പെടുന്നു.. ബൈത്തുള സമുദായത്തിന് കള്ള് ചെത്തും കൃഷിയും ആയിരുന്നു ഉപജീവനമാർഗ്ഗം. എന്നാൽ കൊറഗസമുദായമാകട്ടെ കാട്ടു വള്ളികൾ കൊണ്ട് കുട്ടയും വട്ടിയും നെയ്തെടുക്കുന്ന വിഭാഗമായിരുന്നു.

കൃഷിയിറക്കാൻ തന്റെ കൂടെ നിൽക്കണമെന്നും ആദ്യത്തെ വിത്തിടൽ കൊറഗന്റെ കൈകൊണ്ടുതന്നെ ആവണമെന്നും ദാരക്ക കൊറഗനോട് ആവശ്യപ്പെടുന്ന വേളയിൽ തന്റെ ജോലി കൃഷി അല്ല എന്നും വട്ടിമെടയുന്ന കുലമാണ് തന്റേതെന്നും അവൻ മറുപടി പറയുന്നുണ്ട്.

അവളു കൊട്ട് പത്ത് കഡ്പണ തനിയാ കേന്ഡെന
ഗുദൊലി പത്ത്ദ് ഗെർപ്പണയി
ഓ അവ്വോഞ്ചല ബള്ളിയെപ്പറെ
ഓ എന്ന കുളദെന്മത ബേലെ ഉണ്ടു
അവളു പീപ്പിലി കത്തിനെ കൊർലെ അലപ്പരെ
അവളു കാടഉള്ളയി പോപ്പേനെനെ.

കൊറകരുടെ വംശീയ ചിഹ്നമായ മൊട്ടപാളയെ പറ്റിയും പാഡ്ദണയിൽ പരാമർശിക്കുന്നു.. കൊറഗരുടെ വീടുകൾ കൊപ്പ ആണെന്നും ഓരോ കൊപ്പയുടെ മുന്നിലും ദോല് കെട്ടിത്തൂക്കിയിട്ടു

ണ്ടാകുമെന്നും ദോല് തൂക്കിയിടാത്ത വീടുകൾ അവർക്കിടയിൽ തന്നെ അയിത്തവുമാണെന്നുമുള്ള വസ്തുത പാഡ്ദണയിൽ കാണാം. ഗോത്ര സംസ്കൃതിയിലെ തുളുവഴികളാണ് ഇവിടെ ദർശിക്കുന്നത്.

നേർച്ചകളിലും മായകളിലും വിശ്വസിക്കുന്നവരാണ് തുളുജനങ്ങൾ. തുളു നാടൻ പാട്ടുകളിൽ മിക്കതിലും നേർച്ചയുടെ പരാമർശം കടന്നുവരുന്നത് കാണാൻ സാധിക്കും. ആരാധനാമൂർത്തിക്ക് കാണിക്കയർപ്പിക്കാം എന്നോ, മറ്റു വിശിഷ്ടമായതെന്തെങ്കിലും ചെയ്തു കൊടുക്കാമെന്നോ നേരുന്ന രീതി ഈ കാലഘട്ടത്തിലും തുടർന്നുവരുന്നുണ്ട്. കൊറഗതനിയയുടെ ജനനം തന്നെ നേർച്ചയുടെ ഫലമായിട്ടാണ് എന്ന് പറയപ്പെടുന്നു. അതുകൂടാതെ തന്റെ കുടത്തിലെ കള്ളു മുഴുവനും വിറ്റു പോവുകയാണെങ്കിൽ കദ്രി മഞ്ജുനാഥ ക്ഷേത്രത്തിന്റെ മണ്ണുകൊണ്ടുള്ള ഓട് മാറ്റി ചെമ്പു കൊണ്ടുള്ള ഓട് പണിയാമെന്ന് ദാരക്കയുടെ മകളായ മഞ്ചക്ക കദ്രി മഞ്ജുനാഥ ദേവർക്ക് നേർച്ച പറയുന്നുണ്ട്. എല്ലാം നഷ്ടപ്പെട്ട് അനാഥനായ കൊറഗതനിയബാലൻ പൂഴിയും കാഞ്ഞിര ഇലയും കാഞ്ഞിരക്കായും അരിയും വെറ്റില അടയ്ക്കയ്ക്കും പകരം പ്രതീകാത്മകമായി വച്ച് പ്രാർത്ഥിക്കുന്നതും മറ്റൊരു ചിഹ്നമാണ്.

തുളുനാട് കൃഷിക്ക് പ്രാധാന്യം നൽകിയിരുന്ന ദേശം ആയിരുന്നതുകൊണ്ടുതന്നെ കൃഷിയും അത് ചെയ്തുപോരുന്ന സമുദായത്തെയും പാഡ്ദണയിലുടനീളം കാണാം. വയലും കന്നുകാലി വർഗ്ഗങ്ങളെക്കൊണ്ട് നിറഞ്ഞ ഇടങ്ങളും പാഡ്ദണയിൽ വിവരിക്കുന്നു. നാടിന്റെ ഭൂപ്രകൃതി, സമ്പദ്ഘടന, തുടങ്ങിയ മേഖലകളെ പറ്റിയും വാമൊഴി സാഹിത്യത്തിലൂടെ തെളിവുകൾ ലഭിക്കുമെന്നതിന് ഉദാഹരണം കൂടിയാണ് ഇത്തരം വരികൾ.

നാട്ടിപ്പണി അഥവാ കൃഷിയുമായി ബന്ധപ്പെട്ട ആഘോഷമാണ് കന്യാപൂ. തുളുനാട്ടിലെ ജീവിത മാർഗങ്ങളിൽ പ്രാധാന്യം കൃഷിക്കായത് കൊണ്ട് തന്നെ കാർഷിക സംബന്ധിയായ ആഘോഷങ്ങൾക്കും പ്രാധാന്യമുണ്ട്. പാഡ്ദയിൽ കൃഷി പരാമർശിക്കപ്പെടുന്നില്ലെങ്കിലും വീട് തോറും പാട്ടുപാടി പോകുകയും നൃത്തം വയ്ക്കുകയും ചെയ്യുന്നത് കാർഷിക സമൃദ്ധി ഉണ്ടാകുമെന്ന് തുളുനാട്ടുകാർ വിശ്വസിക്കുന്നു. അതുകൊണ്ട് തന്നെ നൃത്തം ചെയ്തു വരുന്ന കോപ്പാള (നല്ക്കിദായ) സമുദായക്കാർക്ക് അരിയും വസ്ത്രവും നൽകി സന്തോഷിപ്പിക്കുകയും ചെയ്യുന്നു. സ്ത്രീപ്രാതിനിധ്യമുള്ള കലാരൂപമാണ് കന്യാപു. വിനോദത്തിന് വേണ്ടി നടത്ത

പ്പെടുന്ന ഈ അനുഷ്ഠാനത്തിൽ കന്യാപ്പൂ ഒരു തുളു തെയ്യമായിട്ടാണ് പറയുന്നത്. ഈ കലാരൂപത്തിന്റെ ലക്ഷ്യം കാർഷികാഭിവൃദ്ധിയും സമൃദ്ധിയും തന്നെ. സ്ത്രീരൂപമാണ് നൃത്തം വയ്ക്കുന്നത്. പുരുഷൻ ദോൽ എന്ന ഉപകരണം വായിക്കുകയും ചെയ്യുന്നു. കേരളത്തിലെ കുറത്തിയാട്ടത്തിന് സമാനമായ ഈ രൂപം കുംഭമാസത്തിലെ രണ്ടാം വിളയുടെ കൊയ്ത്തിനു ശേഷമാണ് കെട്ടിയാടുന്നത്.

കൊളക്കേ, ഏനില്, സുഗി എന്നിങ്ങനെ മൂന്ന് ഘട്ടങ്ങളിലാണ് തുളുനാട്ടിലെ കൃഷി ഇതിൽ സുഗിയുമായി ബന്ധപ്പെട്ട അനുഷ്ഠാനമാണ് സുഗിരത്തിങ്കൾ ഒരു കോലത്തോടൊപ്പം മുറത്തിൽ അരിയിട്ട് താളാത്മകമായ രീതിയിൽ ചലിപ്പിച്ചും ചുവട് വച്ചും വീടുതോറും കയറിയിറങ്ങുന്ന അനുഷ്ഠാനമാണിത്.

ദാരിലോനെ ദാരിലാ ദാരിലോനെ മാതിര
ദാരിലോനെ മാതിര ദാരില മാത്തിരോ

ദാരിലോ എന്നാൽ മുകേര സമുദായക്കാർക്കിടയിൽ ആശംസാഗാനങ്ങളാണ് വിവാഹത്തോടനുബന്ധിച്ച് പാടി വരുന്ന ദാരിലോകളിൽ നിന്നും തികച്ചും വ്യത്യസ്തമാണ് മാതിരത്തിങ്കൾ പാഡ്ദണ. നലക്കിതായ സമുദായമാണ് മാതിര പാടിവരുന്നത്. ബ്രാഹ്മണരുടെ ഇടയിൽ നിലനിന്നിരുന്ന അനാചാരത്തെ വിമർശിക്കും വിധം ഒരു പുരാവൃത്തം ഇതിനു പിന്നിലുണ്ട്. കുടുംബത്തിലെ പെൺകുട്ടികളെ ഋതുമതിയാവുന്നതിന് മുൻപ് തന്നെ വിവാഹം കഴിച്ച്പ്പിക്കുന്ന പതിവ് ബ്രാഹ്മണർക്ക് ഇടയിൽ ഉണ്ടായിരുന്നു. വിവാഹിതയാകാതെ ഋതുമതിയായ പെൺകുട്ടിയെ കണ്ണുകെട്ടി കാട്ടിൽ വീടും ഇങ്ങനെ കാട്ടിലുപേക്ഷിക്കപ്പെട്ട പെൺകുട്ടിയാണ് മാതിര. അവളെ ഒരു കീഴ്ജാതിക്കാരനായ തുളുവൻ കാണുകയും തന്റെ മകളായി സ്വീകരിച്ച് കൊപ്പയിലേക്ക് കൊണ്ടുപോവുകയും ചെയ്യുന്നു. അവളുടെ കഥയാണ് സുഗിരതിങ്കളിൽ അവതരിപ്പിക്കുന്നത്. എന്നാൽ അനുഷ്ഠാനത്തിന് കൃഷിയോടുള്ള ധർമ്മമാണ് നിർവഹിക്കാനുള്ളത്. സുഗിരത്തിങ്കൾ പാഡ്ദണകളിൽ പാഠഭേദം കാണും ശ്രീകൃഷ്ണ കഥയും നർമ്മകഥകളുമടങ്ങിയ പാഡ്ദണകളും ഉണ്ട്.

ഇവിടെ മാതിര സുന്ദരിയായ ഒരു യുവതിയാണ് അവളെ വിവാഹം കഴിക്കാൻ വരുന്ന ചെന്നയ്യ സുന്ദരനാണ് എന്ന് പാടി കൊണ്ടാണ് ഈ ഗാനം തുടങ്ങുന്നത്. കൃഷി തുളവന്റെ ജീവിത തുടിപ്പുകളായതുകൊണ്ടാവണം വിവാഹദിനത്തിൽ പോലും മാതിര

ചിരങ്ങ നട്ട കഥ പാടുന്നത്.

'ആളൊഞ്ചി തുറെ നടുത്താള്
മുദ്രു കൊളുങ്കേർട്.'
മാത്രമല്ല,
കായ് ആപ്പുണ കാലൊടു
കറ ജിഞ്ചകജിപ്പാണ്ടെ
പൂപ്പുലി കാലൊടു തറെ ജിഞ്ച മുടിപ്പൊടു.

കായ ആകുന്ന കാലത്ത് കറിവെച്ച് കഴിക്കാം എന്നും പൂവ് പിടിക്കുന്ന കാലത്ത് തലയിൽ തിരുകാം എന്നും കൂട്ടിച്ചേർക്കുന്നു. എല്ലാംകൊണ്ടും സുന്ദരിയായ മാതിര അവളുടെ മുഖസൗന്ദര്യം ആസ്വദിക്കുന്നത് ചിരട്ടയിൽ വെള്ളമെടുത്ത് അതിലെ തന്റെ പ്രതിബിംബം നോക്കിക്കൊണ്ടാണ്. പ്രകൃതിജന്യ വസ്തുക്കളിൽ മാത്രം തന്റെ ജീവിതാംശത്തെ പൂരിപ്പിക്കുന്ന സംസ്കൃതിയുടെ പ്രതിബിംബം തന്നെയാണ് ഈ വാങ്മയ ചിത്രം.

തുളു നാട്ടിൽ ജന്മിമാരുടെ ഫ്യൂഡലിസ്റ്റ് വാഴ്ചകൾക്കിടയിൽ കർഷകവിഭാഗത്തിനുണ്ടായ ഹൃദയവികാരങ്ങളാണ് കൃഷിയോടനുബന്ധിച്ചുള്ള കബിതകളിൽ ഉള്ളടങ്ങിയിട്ടുള്ളത്. സാമൂഹികവും സാമ്പത്തികവുമായ അസമത്വങ്ങൾക്കെതിരെ ശബ്ദമുയർത്തുവാൻ ഇവയിലൂടെ കഴിഞ്ഞു. നാട്ടിപണി(കൃഷി)യുടെ താളത്തിൽ, ഞാറുനടുമ്പോൾ വയലിൽ കൃഷിപ്പാട്ടുകളും സജീവമായിരുന്നു.

ഓ ബേലെ ഓ ബേലെ
ഓ ബേലെ... ബുഡടെ.

ഇയാദ് ബേലെ... എന്നു തുടങ്ങുന്ന പാട്ടിന്റെ താളം തന്നെ ഒരു പ്രത്യേക രീതിയിലാണ് ചിട്ടപ്പെടുത്തിയിരിക്കുന്നത്. താരാട്ട് പാട്ടിന്റെ ഈണത്തിൽ തുടങ്ങി ക്രമേണ വേഗത കൂടിയും പ്രതിഷേധാത്മകമായ കൂക്കുവിളിയുടെ ആരവത്തോടെ അവസാനിക്കുകയും ചെയ്യുന്ന ഈ കവിത തുളുവന്റെ ജീവിതത്തെ അടയാളപ്പെടുത്തുന്നു. വയലിൽ പണിയെടുക്കാൻ ആളുകളെ കൂട്ടി വരണമെന്നും ഞാറ് നട്ടുപിടിപ്പിക്കണമെന്നും ആദ്യ വരികളിൽ പറയുന്നു. നമ്മൾ ഏതുതരത്തിലുള്ള ജോലി ചെയ്യേണ്ടവരാണ് എന്ന് കർഷകർ മനസ്സിലാക്കുന്നുണ്ട്. ഉള്ളായ (ജന്മി) ദേഷ്യക്കാരനാണ്. അയാൾ വയലിൽ കർഷകരോടും വീട്ടിലെത്തുമ്പോൾ ഗർഭിണിയായ ഭാര്യയോടും കോപിക്കുന്നു. അടിയാളന്റെ ഭാര്യയും ഗർഭിണിയാണ്. കുഞ്ഞ് ആണാണോ? പെണ്ണാണോ? പെണ്ണായാൽ അമ്മയ്ക്ക് ഗുണമാണ് രാവിലെ എഴുന്നേറ്റ് മുഖം കഴുകി മുറ്റമടിക്കും.

ആണായാൽ അച്ഛന് നന്ന്. വയലിൽ പണിയെടുക്കും. അച്ഛൻ മകന്റെ ഈ പണികൾ ശ്രദ്ധിക്കണം തുടങ്ങിയ കാര്യങ്ങൾ കബിതയിൽ പറയുന്നുണ്ട്.

കൃഷി ചെയ്യാൻ ആവശ്യത്തിന് ആളെ വിളിച്ചു കൊണ്ടുവരണമെന്ന് കാര്യസ്ഥൻ അടിയാളനോട് അജ്ഞാപിക്കുന്നു. ഞാറ് നടണം, ഒട്ടകം പോലെ ഞാറു വളരണം, കതിരാകട്ടെ സ്വർണ പൂങ്കുല പോലെയും. ഇതിന് ആവശ്യത്തിനു പണിക്കാരെ എത്തിച്ച് ജോലി ചെയ്യിക്കണം.

അയ്യയ്യോ മുദ്ദാ... മൂളാദ മുദ്ദാ
ഈ കേണ്ടാന നെയ്ജിക് ജാന
കൊണ്ട് ബള്ളാണ്ട് പണ്ടേറു ഗൗളു
നമ നാടിനട്ടി ദേവേര മുട്ടി
മുട്ടേദലക്ക കെയി ബറളു
പിങ്കാര ലക്കാ ബാറു ബറളു ഇങ്ങനെയാണ് വരികൾ.

നാടോടി സാഹിത്യത്തിലെ മനോഹരങ്ങളായ ഉപമകൾക്ക് ഈ വരികൾ മുതൽക്കൂട്ടാണ്. താൻ കണ്ടതും കാണുന്നതുമായ കാര്യങ്ങളെയാണ് ഗായകർ പാട്ടിൽ കൂട്ടിച്ചേർക്കുന്നത്. ഒരു താളക്രമം അതിൽ നിബന്ധിച്ചിരിക്കും ഈ കവിതയുടെ അവസാന ഭാഗത്ത് വായ്ത്താരികളും സംഭവങ്ങളും മാറുന്നു.

'ഓയ് യ്യാ ഓയ് യ്യാ...ഓയ് പുള മാറാ മറ ബറുപ്പുണ്ടു' എന്ന് തുടങ്ങുന്ന വരികൾക്ക് ചടുലത കൂടുതലാണ് മഴ വരുന്നതെന്നും മരത്തടി പിടിച്ചു കൊണ്ടുപോകണം എന്നും പറയുന്ന വരികൾ ഞാറു നടീലിന്റെ അവസാന ഘട്ടത്തിലാണ് പാടുന്നത്. കവിതയിൽ നർമ്മവും കൂട്ടിയിണക്കിയിരിക്കുന്നു. മലകൾ ഒന്നാകുന്ന ദിവസം, പശുക്കുട്ടി പാടുന്ന ദിവസം, അരണ പറക്കുന്ന ദിവസം, അന്ന് സ്വർണ്ണമരം കൊണ്ടുവരണം എന്ന് പറയുന്നുണ്ട്. ഒരിക്കലും സംഭവിക്കാത്ത കാര്യങ്ങളെ അവതരിപ്പിക്കുവാൻ ഭാവനയുടെയും അസംബന്ധത്തിന്റെയും കൂട്ടുപിടിച്ചിരിക്കുന്നു ഈ സമൂഹം.

ഇത്തരത്തിലുള്ള വരികൾ ബലീന്ദ്രസന്ദിയിലും കാണാം. തുളുവരുടെ മാവേലിക്കഥയാണ് ബലീന്ദ്രസന്ദിയിൽ. ബലീന്ദ്ര കഥയിലെ ബലിക്ക് സ്വരാജ്യം തിരിച്ചു കിട്ടും എന്ന പ്രത്യാശ നൽകുന്നുണ്ട്.

കർഗള്ള് കായാനക ബൊള് ഗള്ള് പൂവാനക
ഉർദു മദോളി ആനക ഗൊദ്ദെറുമെ ഗോണിയാനക
ഉപ്പുകർപ്പാരാനക തുമ്പെദ്ദെരിട്ട് ആട്ടാനക.......

ഫോക്‌ലോർ വായനകൾ

ബല് ബലിയന്ദ്രാ... കൂ.... കൂ... കൂ...

കരിങ്കല്ല് കായാകുന്ന കാലത്ത്, വെങ്കല്ല് പൂവാകുന്ന കാലത്ത്, ഉഴുന്ന് മദ്ദളം ആകുന്ന കാലത്ത്, മച്ചിയെരുമ പോത്താകുന്ന സമയത്ത്, ഉപ്പ് കർപ്പൂരം ആകുന്ന കാലത്ത്, തുമ്പചോട്ടില് നൃത്തം ചെയ്യുന്ന സമയത്ത് എന്ന് തുടങ്ങി അസംഭവ്യമായ കാര്യങ്ങളുടെ നീണ്ട പട്ടിക ഓരോ വരികളിലൂടെയും അവതരിപ്പിച്ച ശേഷം ബലീന്ദ്രന് പൊലി വിളിക്കുന്നു മൂന്ന് ദിവസത്തെ ഉത്സവം, എങ്ങും വിളക്കുകൾ... പൊലി പൊലി ബലീന്ദ്ര കൂ... ദീപാവലി നാളിലും തുടർന്നുള്ള രണ്ട് ദിവസങ്ങളിലും പാലക്കൊമ്പ് എഴുന്നള്ളിച്ച് പൊലിവിളിച്ച് തുളുനാട്ടുകാർ ബലീന്ദ്രനെ സ്വീകരിക്കുന്നു. ബലിന്ദ്രന്റെ തുളുനാട് ഇനി ഉണ്ടാകില്ല എന്ന വേദനയെ പ്രത്യാശയാക്കി മാറ്റുവാൻ നാടോടി ജനത ശ്രമിക്കുന്നത് ഈ വരികളിൽ കാണാം.

ഓ ബേലെ കബിതയുടെ അവസാനം കൂക്കി വിളിയാണ്. ഇത് കവിതയുടെ ആസ്വാദന തലത്തെ വർധിപ്പിക്കുന്നു എന്നതിലുപരി ജീവിതയാഥാർത്ഥ്യങ്ങളുടെ പ്രതീകമായി മാറുന്നു. വരമ്പത്ത് നിന്നും കൂലി വാങ്ങിക്കാൻ ഓടിക്കയറുന്നതിനിടയിലുള്ള ആർപ്പുവിളിയാണ് ഇതെന്നും ജന്മി സമൂഹത്തോട് ഉള്ള ഒരു പരിഹാസമായി ഇതിനെ തങ്ങൾ കാണുന്നുവെന്നും ആവേദകയായ സീതമ്മ പറയുന്നു.

കാർഷികോപകരണങ്ങളായ കൊട്ട് അഥവാ കൈക്കോട്ട് ഗുദ്ദൊലി അഥവാ പിക്കാസ് തുടങ്ങിയ ഉപകരണങ്ങളെയും കന്നുകാലികളെയും കവിതയിൽ പരാമർശിച്ചിരിക്കുന്നു എന്നതും ശ്രദ്ധേയമാണ്.

കാസർഗോഡിന്റെ ചരിത്രത്തിലെ ബല്ലാക്കന്മാരുടെ ഭരണവും അവരുടെ അധികാര സ്ഥാപനവും ജനങ്ങളിൽ എപ്രകാരം ബാധിക്കപ്പെട്ടു എന്ന് അനുസ്മരിപ്പിക്കുന്ന കബിതയാണ് ഇത്. ഇതിൽ പരാമർശിച്ചിരിക്കുന്ന മൂളാദമുദ്ദ ബല്ലാളുടെ പ്രതിനിധിയായിരിക്കാം. കർഷകർക്കും ജന്മിക്കുമിടയിൽ ഒരു കാര്യസ്ഥൻ(മൂളാദമുദ്ദ) ഉണ്ടായിരുന്നു എന്നതും കബിതയിൽ നിന്നും വ്യക്തം.

സാമൂഹികമേൽക്കോയ്മയുടെ രൂപം വ്യക്തമാക്കുന്ന മറ്റൊരു കബിതയാണ് ജോമായില (മായിലയുടെ മകൻ). കർഷകരുടെ ജീവിതകഥയാണ് ഇതിൽ പറയുന്നത്. വയലിൽ ജോലിക്ക് ചെല്ലാതിരുന്ന മായിലയുടെ മകനെ തേടി ജന്മിയുടെ കാര്യസ്ഥൻ അതിരാവിലെ വരികയും ജോലിക്ക് വരാൻ നിർബന്ധിക്കുകയും ചെയ്യുന്നു. അന്നേരം തനിക്കു ജോലി അറിയില്ല എന്ന മറുപടിയാണ് അ

വൻ നൽകുന്നത്. ജന്മി നിന്നെ ജോലി പഠിപ്പിക്കും എന്ന് കാര്യസ്ഥൻ അവനോട് പറയുന്നുണ്ട്. എന്താണ് ജോലി എന്ന് അന്വേഷിച്ചു വരാൻ മായില മകനോട് പറയുകയും ഒപ്പം പണിയായുധങ്ങൾ എടുക്കുകയും ചെയ്തു. ശേഷം മകനോട് ചെയ്യേണ്ട ജോലികളെ പറ്റി വിസ്തരിക്കുന്നു. പാടത്ത് പോകണം. നെൽക്കതിരിന് വെള്ളം നനയ്ക്കണം, നെല്ല് കൊയ്യണം, വയലിൽ നിരത്തി വെക്കണം. കന്നുകാലികളെ മേക്കണം, അവയ്ക്ക് വെള്ളം കൊടുക്കണം, എന്നിട്ട് സന്ധ്യയാകുമ്പോൾ വീട്ടിലേക്ക് മടങ്ങണം എന്നുമാണ് പാട്ടിൽ. കൃഷിയും അതിനോട് അനുബന്ധിച്ചുള്ള ഘടകങ്ങളും കൊണ്ട് ഈ കവിത ഹൃദ്യമാണ്. ജന്മിയുടെ വയലിൽ കർഷകർക്ക് എന്തൊക്കെ ചെയ്യാനുണ്ടായിരുന്നു എന്നത് വ്യക്തമാക്കുക മാത്രമല്ല അച്ഛനിൽ നിന്നും മകൻ കൃഷിപാഠങ്ങൾ മനസ്സിലാക്കുന്ന ദൃശ്യം നമുക്ക് നൽകുന്നത്; മറിച്ച് തലമുറകളിലേക്ക് ഗോത്രപാരമ്പര്യം പകർന്നു കൊടുക്കുന്നതിന്റെ അടയാളം കൂടിയാണ്. കൊങ്ങണംകത്തി, കൊക്ക്, തുടങ്കൽ തുടങ്ങിയ പണിയായുധങ്ങളും വെയില് കൊള്ളാതിരിക്കാൻ കൊട്ടംപാളയും കരുതുന്ന കാർഷിക രീതിയുടെ വർണ്ണന, തുളുനാട്ടിലെ വയലുകളിൽ പാളത്തൊപ്പിയും ധരിച്ച് കന്നു കൂട്ടങ്ങളുടെ ഇടയിൽ കൃഷി പണിയെടുക്കുന്ന നാടോടി ജനതയുടെ മനോഹരമായ ഗ്രാമീണചിത്രവും നൽകുന്നുണ്ട്. എന്നാൽ അടിമത്തത്തിന്റെ ദയനീയതയും അതേസമയം നമ്മെ വൈകാരികമായി സ്വാധീനിക്കുകയും ചെയ്യുന്നു. ഒരുകാലത്ത് കൃഷിപ്പാട്ടായി പ്രചരിച്ചിരുന്ന ഇവ മാവിലരുടെ മംഗലങ്ങളിപ്പാട്ടായും മാറി. മംഗലംകളിയിൽ വ്യത്യസ്തതരം പാട്ടുകൾ പാടി വരുന്നുണ്ട്. നായാട്ടുപാട്ടും തിരണ്ടുകല്യാണ പാട്ടുകളും മംഗലംകളിപ്പാട്ടായി ഉപയോഗിക്കുന്നു.

മൊകേരർക്കിടയിലെ ജോമായില കഥയിൽ ചെറിയ വ്യത്യാസങ്ങൾ കാണാം. മായിലയുടെ മകനെ ജന്മി ജോലിക്ക് വിളിക്കുന്നു. നേരം പുലർന്നു വേഗം എഴുന്നേൽക്ക്, ജന്മി ജോലിക്ക്ആളുകളെ അന്വേഷിക്കുന്നുണ്ട് എന്ന് പറഞ്ഞ് അവനെ ഉണർത്തുന്നു. എന്തൊക്കെയാണ് താൻ ചെയ്യേണ്ട ജോലികൾ എന്ന് ചോദിക്കുമ്പോൾ എരുമയെ വിടണം, ആലയിൽ ശ്രദ്ധിക്കണം വയൽ കിളച്ചു മറിക്കണം, ഞാറു നടക്കണം, നെല്ല് ചുമന്ന് കൊണ്ടുവരണം എന്നിവയാണ് ജോലികൾ എന്ന് മറുപടി ലഭിക്കുന്നു. പാള മുറിച്ചു കൊണ്ടുവരണം, പഴങ്കഞ്ഞിയും മാങ്ങ അച്ചാറും അതിൽ ഇട്ടു തരും. ജന്മി വിളിക്കുന്നുണ്ട് എന്നാണ് ഈ കവിത പിന്നീട് പറയുന്നത്.

ഫ്യൂഡൽ വ്യവസ്ഥയുടെ കാഴ്ചകളാണ് ഇവിടെയും അവതരിപ്പിക്കുന്നത്. അവകാശലംഘനങ്ങളും ഉയർന്ന- താഴ്ന്ന വർഗ്ഗങ്ങളുടെ ജീവിത ക്രമങ്ങളും മനസ്സിലാക്കാൻ ഈ പാട്ടിലൂടെ സാധിക്കുന്നു.

പാളേദൊത്തൊണുക, ചന്നനഗഞ്ചിക, കുക്കുദുപ്പട ഈ മൂന്ന് പദങ്ങൾ കൊണ്ട് കർഷക ജീവിതത്തെ ആവിഷ്കരിക്കുന്നതിൽ അജ്ഞാതനായ ഒരു നാടോടിക്കവിക്കോ, നാട്ടുസമൂഹത്തിനോ അസാമാന്യ പാടവം ഉണ്ടായിരുന്നു എന്ന് കരുതാം. അടിയാളർക്കെന്നും മുറ്റത്തായിരുന്നു ചോറ്. കമുകിന്റെ പാള വെട്ടിക്കൊണ്ടുവന്നാൽ അതിൽ പഴങ്കഞ്ഞിയും മാങ്ങ അച്ചാറും നൽകും. ചെയ്തുതീർക്കേണ്ട ജോലികളുടെ നീണ്ട നിരകളും ഈ ഭക്ഷണവും ഇവിടെ ദ്വന്ദ്വത്തെ സൃഷ്ടിക്കുകയാണ്. ജോലികളെല്ലാം കഴിഞ്ഞ് ഒടുവിൽ അകറ്റി നിർത്തുകയും നല്ല ഭക്ഷണം കഴിക്കാനുള്ള കർഷകന്റെ അവകാശത്തെ ലംഘിക്കുകയും ചെയ്യുന്നു.

അധിനിവേശം ഒരു ഫ്യൂഡൽ വ്യവസ്ഥിതിക്ക് രൂപം നൽകിയതോടെ ഗോത്രജനതയ്ക്ക് അവരുടെ ഇടം നഷ്ടപ്പെടാനും അടിമയായി മാറ്റപ്പെടാനും തുടങ്ങി. തുളുവരുടേതായ ആചാര അനുഷ്ഠാനങ്ങളിലും ആധിപത്യം സ്ഥാപിക്കപ്പെടുകയും മേൽക്കോയ്മയുടെ ഒരു രാഷ്ട്രീയ ബോധം പിന്നിൽ പ്രവർത്തിക്കുകയും ചെയ്തു. തുളുനാട്ടിലെ പ്രാചീനമായ ആചാരങ്ങളിലും വിശ്വാസങ്ങളിലും എല്ലാം കടന്നുവരാൻ ശ്രമിക്കുന്ന അധിനിവേശവർഗ്ഗത്തിന്റ രീതികളോടും പുരോഗമനാത്മകമായി പരിഷ്കരിക്കുവാനുമുള്ള ശ്രമങ്ങളോടുള്ള പ്രതിഷേധം പാട്ടുകളിലും കലകളിലും പ്രത്യക്ഷപ്പെട്ടു തുടങ്ങി. അവ സൃഷ്ടിക്കുന്ന ചലനങ്ങൾ സമൂഹത്തിന്റെ എല്ലാ തട്ടിലെയും ജനങ്ങളിലേക്ക് എത്തിച്ചു കൊടുക്കുവാൻ വേണ്ടി സാമൂഹിക വ്യവസ്ഥയ്ക്ക് സമാന്തരമായ രീതിയിൽ അതിനെ മാറ്റിപ്പണിയുകയാണ് ഉണ്ടായത്. സാധാരണക്കാരുടെ സംഘർഷഭരിതമായ ജീവിതാന്തരീക്ഷത്തിൽ രൂപപ്പെട്ട അനുഷ്ഠാനമായിരുന്നിട്ട് കൂടി തെയ്യത്തോറ്റങ്ങളിൽ അധികാരവ്യവസ്ഥയ്ക്ക് അനുസരിച്ച് വരികൾ ചിട്ടപ്പെടുത്തിയിരിക്കുന്നതും തെയ്യംകോയ്മക്ക് പ്രാധാന്യം നൽകിവരുന്നതും ഇക്കാരണം കൊണ്ടാവാം.

ഗ്രന്ഥസൂചി

1. ചന്ദ്രമോഹനൻ എസ്. ആർ. ഡോ., 2012.
ഇടുക്കി ആദിവാസി പാട്ടുകൾ. ഡിസി ബുക്സ് കോട്ടയം

2. ദിനേശൻ ഇ. 2017.
ഫോക്‌ലോറും സംസ്കാരപഠനവും. (സംസ്കാര പഠനം ചരിത്രം സിദ്ധാന്തം പ്രയോഗം എഡി.: മലയാള പഠന സംഘം), വള്ളത്തോൾ വിദ്യാപീഠം, ശുകപുരം
3. പള്ളത്ത് ജെ.ജെ. ഡോ.
2017. നാട്ടറിവ് ഒരു സമ്പൂർണ്ണ പഠനവും രീതിശാസ്ത്രവും. ഒലിവ് പബ്ലിക്കേഷൻസ്, കോഴിക്കോട്.
4. രാഘവൻ പയ്യനാട് ഡോ. 2019. ഫോക്‌ലോർ.
കേരളഭാഷ ഇൻസ്റ്റിറ്റ്യൂട്ട്, തിരുവനന്തപുരം
5. രാഘവൻ പയ്യനാട് ഡോ. 1998.
ഫോക്‌ലോറിന് ഒരു പഠന പദ്ധതി.
കേരള സാഹിത്യ അക്കാദമി, തൃശൂർ
6. രാഘവൻ സി. 2003.
തുളു നാടും ഭാഷയും നാട്ടറിവും. കേരള ഭാഷ ഇൻസ്റ്റിറ്റ്യൂട്ട്, തിരുവനന്തപുരം
7. വിഷ്ണു നമ്പൂതിരി എം. വി. ഡോ. 2012.
കേരളത്തിലെ നാടോടി വിജ്ഞാനീയത്തിനൊരു മുഖവുര. സാഹിത്യപ്രവർത്തക സഹകരണ സംഘം, കോട്ടയം.
8. ശ്രീധരൻ എ. എം. 2016.
തുളു മലയാളം നിഘണ്ടു. സാഹിത്യപ്രവർത്തക സഹകരണ സംഘം, കോട്ടയം
9. Dundes Alen 1980
Who are the Folk in Interpreting Folklore. Indian University Press, Bloomington

ആവേദകർ

സീതമ്മാ, ബാറടുക്ക
സുന്ദര, ബാറടുക്ക
സുജിത് കുമാർ, വിദ്യാനഗർ

ഠഠ

11

ഉത്രാളിക്കാവിലെ കെട്ടുകാളയും: സൗന്ദര്യസങ്കൽപങ്ങളും

വിഷ്ണുപ്രിയൻ കെ.

മനുഷ്യന്റെ അധ്വാനത്തിന്റെയും കാത്തിരിപ്പുകളുടെയും ആഘോഷങ്ങളാണ് വേലകൾ. മകരക്കൊയ്ത്തിനുശേഷം തെക്കൻ മലബാറിലുടനീളം വേലകളുടെയും പൂരങ്ങളുടെയും നാളുകളാണ്. ഓരോ വേലയും കൂട്ടായ്മയുടെയും, ഉന്മാദത്തിന്റെയും അരങ്ങുകളാണ്. ആനന്ദത്തെ അവനവന്റെ കേവലാനുഭവം എന്നതിൽ നിന്ന് പങ്കുവെക്കലിന്റെ അനുഭൂതിയാക്കി വികസിപ്പിക്കാൻ വേലകൾക്ക് സാധിക്കുന്നു. കാർഷികസംസ്കൃതിയോട് അനുബന്ധിച്ച വേലകൾ ഉൾപ്പെടെയുള്ള മിക്കവാറും ഉത്സവങ്ങൾ ഭദ്രകാളിക്കാവുകളിൽ ആണ് അരങ്ങേറുന്നത്. നമ്മുടെ കാവു പാരമ്പര്യങ്ങളിൽ അന്തർലീനമായ ദ്രാവിഡ മൂല്യ വിചാരങ്ങളേയും ഉർവരത സങ്കൽപ്പങ്ങളേയും ആയതിനാൽ തന്നെ ഇവിടെ ചേർത്ത് വായിക്കേണ്ടതാണ്.

കാവുത്സവങ്ങളുടെ ഭാഗമായി കേരളത്തിൽ ഉടനീളവും തെക്കൻ മലബാറിൽ വിശേഷമായും നടന്നുവരുന്ന കാളവേലകൾ മനുഷ്യന്റെ സാംസ്കാരികചരിത്രത്തെയും മൂല്യബോധങ്ങളെയും പലനിലക്ക് ചേർത്തുപിടിക്കുന്നുണ്ട്. മനുഷ്യകേന്ദ്രീകൃതമായ സാമൂഹികചരിത്രനിർമ്മിതിയിൽ എക്കാലത്തും പരിഗണിക്കപ്പെടാതെ പോയ സഹജീവിബന്ധത്തെ ഊട്ടിറപ്പിക്കുന്ന ചരിത്രപ്രക്രിയ കൂടിയാണ് കാളവേലകൾ. ഓരോ പ്രദേശത്തെയും കാളവേലകൾ അതാത് പ്രാദേശികതകളെ പലമട്ടിൽ ധ്വനിപ്പിക്കാറുണ്ട്. തെക്കൻ മലബാറിലെ കാളവേലകളിലെ ദളിത് സമീപനങ്ങളെ വിശകലനം ചെയ്താൽ ഓരോ പ്രാദേശികതയുടെയും സാധ്യതകളെ സൂക്ഷ്മമായി ഉൾക്കൊള്ളുന്ന പ്രവണതത നമുക്ക് കാണാനാകും.

ഇക്കാലത്ത് പൊതുബോധത്തിന്റെ ശ്രദ്ധയാകർഷിക്കുന്ന അലങ്കാര കാളകളുടെ കമ്പോള സൗന്ദര്യ സങ്കല്പങ്ങൾക്ക് ബദലായി നിലനിൽക്കുന്ന മറ്റൊരു സൗന്ദര്യവിചാരം പറയ, ചെറുമ, വിഭാഗക്കാരുടെ കെട്ടുകാളുകളിലെ ഉള്ളടക്കമാണ്. അതിനാൽ തന്നെ ഓരോ വേലകളെയും സവിശേഷമാകുന്നത് ദളിത് സൗന്ദര്യസങ്കല്പങ്ങളാണെന്ന് നമുക്ക് പറയാനാകും. ഇത്തരത്തിൽ ഉത്രാളിക്കാവിലെ വേല ആഘോഷങ്ങളോടനുബന്ധിച്ച് ചെറുമ സമുദായക്കാർ കൊണ്ടാടുന്ന കെട്ടുകാളുകളുടെ സൗന്ദര്യസങ്കല്പങ്ങളെ സൂക്ഷ്മമായി വിശകലനം ചെയ്യാനാണ് ശ്രമിക്കുന്നത്.

തൃശ്ശൂർ ജില്ലയിലെ വടക്കാഞ്ചേരിക്കടുത്താണ് ഉത്രാളിക്കാവ് സ്ഥിതി ചെയ്യുന്നത്. നാലു ഭാഗവും മലകളാൽ ചുറ്റപ്പെട്ട സമതലമായ മണ്ണിലാണ് കാവ് നിൽക്കുന്നത്. വയലുകളാൽ ചുറ്റപ്പെട്ട കാവിന്റെ വേല ആഘോഷം നടക്കുന്നത് കുംഭമാസത്തിലാണ്. വേല ആഘോഷത്തോടനുബന്ധിച്ചുള്ള വിപുലമായ പരിപാടികളുടെ ഭാഗമായാണ് കാളവേലയും നടക്കുന്നത്. സാധാരണ കാവുകളിൽ കാണാറുള്ളത് പോലെ ധാരാളം കാളകൾ ഉത്രാളിക്കാവിൽ ഉണ്ടാകാറില്ല. എങ്കക്കാട് ദേശത്തെ അകമല കോളനിയിലെ ചെറുമ സമുദായക്കാർ കൊണ്ടുവരുന്ന ഒരു കാള മാത്രമേ വേലയ്ക്ക് എത്താറുള്ളൂ. ഈ കാളയാകട്ടെ കേരളത്തിലെ മറ്റു കാവുകളിലെ കെട്ടുകാളകളിൽ നിന്നും തീർത്തും വ്യത്യസ്തവുമാണ്. കാളയുടെ രൂപം, ഭാവം, ആകാരം, നിർമ്മിതി, മാധ്യമം, പ്രകടനം, സങ്കല്പം എന്നിങ്ങനെ എല്ലാ അടരുകളിലും ഇത് മൗലികമായ തനിമ നിലനിർത്തുന്നു. ഒരേസമയം കാടിനോടും നാടിനോടും ഇഴപിരിഞ്ഞു ജീവിക്കുന്ന പ്രസ്തുത ദേശത്തെ ചെറുമറുടെ ജീവിതം, ആവാസം, പാരിസ്ഥിതികമായ മൂല്യബോധങ്ങൾ, ഭൗതിക സങ്കല്പങ്ങൾ എന്നിവയെ കാളയുടെ ശരീരഭാഷയിൽ നിന്നും വായിച്ചെടുക്കാവുന്നതാണ്. ബദൽ പരിപ്രേക്ഷ്യങ്ങളിലൂടെ ആധുനികമായ ജീവിത മൂല്യങ്ങളേയും, കലാസങ്കൽപ്പങ്ങളേയും പങ്കുവയ്ക്കുന്ന ഉത്രാളിക്കാവിലെ കെട്ടുകാളകളിൽ നിന്നും, ദളിത് സൗന്ദര്യ സങ്കല്പങ്ങളുടെ അനന്യമായ സാധ്യതകളെ വായിച്ചെടുക്കാനുള്ള ശ്രമങ്ങൾ കൂടിയാണ് ഈ ലേഖനത്തിന്റെ ലക്ഷ്യം.

ഉത്രാളിക്കാവിൽ കുംഭമാസത്തിൽ നടക്കുന്ന വേലയോട് അനുബന്ധിച്ച് വിപുലമായ പരിപാടികളാണ് കാവിൽ അരങ്ങേറുക. എങ്കെക്കാട്, കുമാരനെല്ലൂർ, വടക്കാഞ്ചേരി എന്നീ മൂന്ന് ദേശക്കാർ ചേർന്നാണ് പൂരം നടത്തുന്നത്. മൂന്ന് ദേശങ്ങളിൽ നിന്നുമുള്ള ആ

നകൾ വെടിക്കെട്ട് എഴുന്നള്ളിപ്പ് കുടമണികൾ പഞ്ചവാദ്യം തുടങ്ങി സാധാരണ പൂരാഘോഷങ്ങൾക്ക് കൊഴുപ്പേറുന്ന എല്ലാ കാഴ്ചകളും ഉത്രാളിക്കാവിലും വിസ്മയകരമാംവണ്ണം കാണാവുന്നതാണ്. ഈ കാഴ്ചകൾക്കിടയിലൂടെ മൂന്ന് ദേശങ്ങളിൽ നിന്നും കരിഞ്ചായകൂട്ടവും എത്തും. മുമ്പ് സൂചിപ്പിച്ച പൊതുബോധത്തിലെ പൂരക്കൊഴുപ്പുകളെ കൂടാതെ വേലയെ സവിശേഷമാക്കുന്നത് ഈ കരിഞ്ചായ കൂട്ടങ്ങളാണ്.

പ്രദേശവാസികൾ കരിഞ്ചായക്കൂട്ടത്തെ ഹരിജൻ വേല എന്നും അഭിസംബോധന ചെയ്യാറുണ്ട്. പറയ, ചെറുമ, മണ്ണാൻ സമുദായക്കാരാണ് കരിഞ്ചായ കൂട്ടത്തിൽ വേഷങ്ങൾ കെട്ടി ആടുന്നത്. ഇതിൽ അകമല ദേശത്തുനിന്നും വരുന്ന കരിഞ്ചായ കൂട്ടത്തിൽ കാള, മൂക്കൻചാത്തൻ, തിറ, പൂതൻ, കരിങ്കാളി, തേര്, കുട എന്നിങ്ങനെ നിരവധി വേഷങ്ങളും കെട്ടുകാഴ്ചകളും ഉണ്ടാകാറുണ്ട്. കരിഞ്ചായക്കൂട്ടത്തിലെ ഓരോ വേഷങ്ങളെയും പ്രത്യേകം പഠനവിധേയമാക്കേണ്ടതാണ് എങ്കിലും, പ്രസ്തുത ദേശത്തെ കാളവേലയെ സൂക്ഷ്മമായി വിശകലനം ചെയ്യാനാണ് ഇവിടെ ശ്രമിക്കുന്നത്.

കാളവേലയും അനുബന്ധ പ്രവർത്തനങ്ങളും.

വേലയുടെ തറയെടുപ്പിന് ഒരാഴ്ച മുമ്പ് തന്നെ കാളയെ ഒരുക്കുന്ന പണികൾ തുടങ്ങും. എങ്കെക്കാട് ദേശത്തെ അകമല കോളനിയിലെ ചെറുമ സമുദായക്കാരാണ് കലാകാലങ്ങളായി കാളകെട്ടി ആടിപ്പാടുന്നത്. അകമല കോളനിയിലെ ചെറുമ സമുദായക്കാർ ആ നാട്ടിലെ കർഷക തൊഴിലാളികൾ ആയിരുന്നു. ഉത്രാളിക്കാവിന്റെ ചുറ്റുമുള്ള പാടശേഖരങ്ങൾ മുഴുവൻ അവരുടെ അധ്വാനത്തിന്റെ പ്രതീകങ്ങളാണ്. ഇന്ന് കാണുന്ന അകമലദേശം മുൻകാലങ്ങളിൽ കാടിന്റെ അടിവാരം ആയിരുന്നു. ആവേദകന്റെ അച്ഛനും മുത്തച്ഛനും എല്ലാം ഉൾക്കാടുകളിൽ പോയിരുന്നുവെന്നും, അവർക്ക് കാട്ടിൽ വിറക് വെട്ടലായിരുന്നു പണിയെന്നും അദ്ദേഹം സൂചിപ്പിക്കുന്നു (മോഹനൻ പി.കെ,54). അതായത് ഒരേസമയം കാർഷികവൃത്തിയുമായും കാടുമായും ദേശത്തെ ചെറുമർക്ക് അടുത്ത ബന്ധം ഉണ്ടായിരുന്നു എന്ന് സാരം. ഈ പാരിസ്ഥിതിക അവബോധം കാളയുടെ സൗന്ദര്യ സങ്കല്പങ്ങളിലും പ്രകടമാണ്.

കാള പന്തൽ

കാള കെട്ടുന്നതിന്റെ ഏഴുദിവസം മുമ്പ് വീടിന്റെ മുൻവശത്ത് കാളപ്പന്തൽ കെട്ടും. ഇപ്പോൾ ടാർപോളിൻ ഷീറ്റ് ഉപയോഗിച്ചാണ്

പന്തൽ ഇടുന്നത്. എന്നാൽ തൊട്ട് മുൻകാലങ്ങളിൽ വരെ ഓല മെടഞ്ഞായിരുന്നു പന്തൽ ഇട്ടിരുന്നത്. അതിനും മുമ്പ് ഓട ഉപയോഗിച്ചായിരുന്നു പന്തലിന്റെ നിർമ്മാണം. ഉത്രാളിക്കാവിനെ സമീപത്തുള്ള റെയിൽവേ ട്രാക്കിന്റെ അരികിൽ ആദ്യകാലങ്ങളിൽ ധാരാളം ഓടകൾ ഉണ്ടായിരുന്നു. അത് വെട്ടികൊണ്ടുവന്ന്, അതിന്റെ തണ്ടുകൊണ്ട് അലകും കോലും ഇട്ട്, അതിനുമുകളിൽ ഓടയുടെ പുല്ല് കൊണ്ടായിരുന്നു ചുമരിന്റെയും മേൽക്കൂരയുടെയും നിർമ്മാണം. കെട്ടിമുറുക്കാൻ ഇപ്പോൾ കയറാണ് ഉപയോഗിക്കുന്നത്. എന്നാൽ പണ്ടുകാലത്ത് കയറിനു പകരം കാട്ടുവള്ളികളാണ് ഉപയോഗിച്ചിരുന്നത്. ഉൾക്കാടുകളിൽ നിന്നും കിട്ടുന്ന കുതിരക്കുളമ്പ് എന്ന് പേരായ നല്ല ഉറപ്പുള്ള വള്ളിയായിരുന്നു അതിൽ പ്രധാനം. ഇത്തരത്തിൽ നിർമ്മിച്ചെടുത്ത പന്തലുകളിൽ ഇരുന്നാണ് കാളപ്പണികൾ നടത്തുക.

കാളയുടെ നിർമ്മാണം

തെക്കൻ മലബാറിലെ മറ്റു കാവുകളിലെ കാളകളുടെ ശരീരഭാഷയിൽ നിന്നും തീർത്തും വ്യത്യസ്തമാണ് ഉത്രാളിക്കാവിലെ കാളകളുടേതെന്ന് മുമ്പ് സൂചിപ്പിച്ചല്ലോ. കാളയുടെ നിർമ്മാണത്തിന് ഉപയോഗിക്കുന്ന മാധ്യമത്തിലെ മാറ്റങ്ങളാണ് അതിൽ ശ്രദ്ധേയം. വൈക്കോൽ, മുളിയില, മരംകൊണ്ടുള്ള തല എന്നിവയാണ് മറ്റിടങ്ങളിലെ പ്രധാന മാധ്യമങ്ങൾ. തല ഒഴികെയുള്ള ശരീരഭാഗങ്ങൾ മുളകൊണ്ട് ഘടനയുണ്ടാക്കി അതിൽ വൈക്കോലോ മുളിയിലയോ പൊതിഞ്ഞ് തുണി ചുറ്റി ഒരുക്കുകയാണ് പതിവ്. എന്നാൽ ഉത്രാളിക്കാവിലെ കാളയുടെ ശരീരം മുഴുവൻ പലതരം മരം കൊണ്ട് നിർമ്മിച്ചതാണ് എന്നതാണ് പ്രധാന മാറ്റം.

പാല, അരളി, പാതിരം എന്നീ മരങ്ങൾ കൊണ്ടാണ് കാളയെ ഉണ്ടാക്കുന്നത്. കാളയെ കെട്ടിയാടുന്നതും കാളയുടെ നിർമ്മാണത്തിന് ആവശ്യമായ മരം ഉൾപ്പെടെയുള്ള സാമഗ്രികൾ നൽകേണ്ടതും ചെറുമ സമുദായക്കാരാണെങ്കിലും, കാളയെ മരത്തിൽ കുത്തി ഉണ്ടാക്കാനുള്ള അവകാശം ദേശത്തെ ആശാരി സമുദായക്കാർക്കാണ്. കാളയുടെ തല മുതൽ ഉദരം വരെയുള്ള ഭാഗം പാലക്കൊമ്പ് കൊണ്ടാണ് ഉണ്ടാക്കുക. അലരി മരംകൊണ്ടുണ്ടാക്കിയ കാലുകൾ മുളയാണി കൊണ്ട് ഉദരഭാഗത്ത് ഉറപ്പിക്കും. കാലിന്റെ കുളമ്പും അലരി കൊമ്പിൽ തന്നെ കുത്തിയെടുക്കുമായിരുന്നു. പാതിരം മരം കാളയുടെ കൊമ്പ് ഉണ്ടാക്കാൻ മാത്രമാണ് ഉപയോഗിക്കുക. പാതിരത്തിന്റെ കൊമ്പിനു മാനിന്റെ കൊമ്പിന്റെ ബലമാ

ണെന്ന് ആവേദകൻ സൂചിപ്പിക്കുന്നു (മോഹനൻ പി.കെ,54). കാളയുടെ നിർമാണത്തിന് ഉപയോഗിക്കുന്ന പാല, അരളി എന്നീ രണ്ട് മരങ്ങൾക്കും പാല് ഉണ്ട് എന്നതും, അമ്മദൈവ സങ്കല്പങ്ങോട് ഈ മരങ്ങളെ ചേർത്ത് വായിക്കുന്നതും കാവു പാരമ്പര്യങ്ങളിൽ സാധാരണമാണ് എന്നും ചേലനാട്ട് അച്ചുതമേനോൻ സൂചിപ്പിക്കുന്നു(2015:52,53). കാളയുടെ യഥാതഥ രൂപമല്ല പകരം സംക്ഷിപ്ത രൂപത്തെയാണ് ആശാരി കുത്തിയെടുക്കുക. ഈ രൂപമാണ് പിന്നീട് കാളപ്പന്തലിൽ വെച്ച് മിനുക്കി എടുക്കുന്നത്. ഓരോ കൊല്ലവും പ്രത്യേകം മരക്കാളകളെ നിർമിക്കാറില്ലയെങ്കിലും, എല്ലാവർഷവും കാളയ്ക്ക് നിറം കൊടുത്ത് പുതുമോടിയോടെ അവതരിപ്പിക്കുന്നത് പതിവാണ്.

'കാളയുടെ പാണ്ടുംചോട്ട് പോലുള്ള കാര്യങ്ങളിലല്ല ഇതിന്റെ കാര്യം കിടക്കുന്നത്, ഇതിന്റെ കാര്യം പുള്ളിക്കുത്താണ്. എത്ര പുള്ളി വേണമെങ്കിലും നമുക്ക് കാളയ്ക്ക് മുകളിൽ കുത്താം. കണ്ണ് മൂക്ക് ഒഴികെ എവിടെ വേണമെങ്കിലും പുള്ളികൾ ഇടാം. പൂർവികമായ നമ്മുടെ അച്ഛന്റെ അച്ഛന്റെ അച്ഛൻ ഒക്കെ കൈമാറിത്തന്ന അറിവ് ആണ് ഇത്. ആ പഴക്കമുള്ള കാളയും ആണ് നമ്മുടെ കയ്യിൽ ഇരിക്കുന്നത് വസൂരി/കുരിപ്പ് എന്നീ സംഗതികൾ കൽപ്പിച്ചിട്ടാണ് ഈ കുത്തുകൾ ഇടുന്നത്. ഭഗവതി വിത്ത് എറിയുന്നതിന്റെ ഭാഗമായാണ് വസൂരി ഉണ്ടാകുന്നത് എന്നും ഭഗവതിക്ക് കോപം വരുമ്പോൾ ആണ് വിത്തെറിയുക എന്നും പഴമക്കാർ പറഞ്ഞു കേട്ടിട്ടുണ്ട്.' (രാജൻ, 56). ആദ്യകാലങ്ങളിൽ നമ്മുടെ ചുറ്റു നിന്നും കണ്ടെത്താവുന്ന സാധനങ്ങൾ ഉപയോഗിച്ചാണ് കാളയ്ക്ക് നിറം നൽകിയിരുന്നതും കുത്തുകൾ ഇട്ടിരുന്നതും.

ഇത്തൽ നീറ്റിയെടുത്ത് കുറുക്കി കൈകൊണ്ട് കാളയുടെ മേത്ത് തേച്ചുപിടിപ്പിക്കും, അതിനുമുകളിൽ പച്ചമഞ്ഞൾ ചതച്ച് നീരെടുത്ത് കുറുക്കി കൈകൊണ്ട് കുത്തുകൾ ഇടും. മഞ്ഞളിനിടയിൽ ചിരട്ടക്കരി കൊണ്ടും കുത്തുകൾ ഇടുമായിരുന്നു. പിന്നീട് നീലം പോലുള്ള വസ്തുക്കൾ ഉപയോഗിച്ചും കുത്തുകൾ ഇടാറുണ്ടായിരുന്നു. ഇന്നിപ്പോൾ ഇങ്ങനെയൊന്നും ചെയ്യാറില്ല. ഇനാമൽ പെയിൻറ് ഉപയോഗിച്ച് സാധ്യമായ എല്ലാ നിറങ്ങളിലും കുത്തുകൾ ഇട്ട് നിറയ്ക്കാറാണ് പതിവ്.

കാളക്ക് വാല് വെക്കുന്ന ചടങ്ങാണ് അവസാനത്തേത്. ഇത് വലിയ കൗതുകമുണ്ടാക്കുന്ന കാഴ്ച കൂടിയാണ്. വാഴയുടെ കയ്യ്/അണയുടെ പകുതിഭാഗം ചതച്ച് മുടി പോലാക്കും അതാണ് വാൽ

ആയിട്ട് വയ്ക്കുന്നത്. അത് കാണുമ്പോൾ ഒരു തമാശ പോലെയാണ്. അപ്പോൾ ഭഗവതി ചിരിക്കും എന്നാണ് വിശ്വാസം, കാരണം ഇവിടുത്തെ ഭഗവതി ചെറിയ കുട്ടി ആണെന്നാണ് സങ്കല്പം. കാളയുടെ ശരീരവും വാലും തമ്മിൽ ഒരു ചേർച്ചയും ഉണ്ടാകില്ല. ഈ അസ്വഭാവികത തന്നെയാണ് അതിന്റെ സൗന്ദര്യവും.

ഇത്തരത്തിൽ കാളയെ ഒരുക്കിയതിനു ശേഷമാണ് കാളയുമായി പുറപ്പെടുക. നെല്ലും നിറയും വെച്ച് കൊട്ടിക്കുമ്പിട്ട് കാരണവന്മാരെ സ്മരിച്ച് കാളയുമായി ഇറങ്ങും. അഞ്ചു പേർ ചേർന്നാണ് കാളയെ കൊണ്ടുപോവുക. അതിൽ രണ്ടുപേർ കാളയെ എടുക്കുകയും രണ്ടുപേർ ചെണ്ട കൊട്ടുകയും ഒരാൾ പകരക്കാരനായി നിൽക്കുകയും ചെയ്യും. ദേശപരിധിയിലെ വീടുകളിലെല്ലാം കാളയുമായി കയറി കൊട്ടിപ്പാടി കളിച്ചു പോരും. കാളകൾ പാട്ടുകൾ ധാരാളം ഉണ്ട്, പാട്ടിന്റെ താളത്തിനൊത്ത് കാളയെ തോളിലേറ്റി ആടി തുടിക്കും. കാളകളി സമയത്ത് അഞ്ചുപേർക്കും ഒറ്റ മനസ്സ് ആയിരിക്കണം.

കാളകളി പാട്ടുകളിൽ ഏറ്റവും ആദ്യം പാടുന്ന പാട്ട് ചുവടെ ചേർക്കുന്നു.

മണികെട്ടി കൊടമണി കെട്ടി
നാടെറങ്ങ്യമ്മേത്തെതാ (2).
കൊല്ലത്തിലൊരു തവണ
നാടെറങ്ങ്യമ്മേത്തെതാ (2).
ഉത്രാളിക്കാവില്ക്ക്
നാടെറങ്ങ്യമ്മേത്തെതാ (2).
അരിതിരി തിരുവെള്ളോന്റെ രു
കാളക്കുട്ട്യാണെത്തെ താ (2)
കൊല്ലത്തിലൊരു തവണ രു
കാളക്കുട്ട്യാണെത്തെ താ (2)

പല വീടുകളിൽ കയറി കളിച്ച്, കാളയെ കുത്തിപ്പണിത മൂത്താശാരിയുടെ വീട്ടിൽ എത്തുമ്പോൾ പ്രത്യേകം രണ്ട് വരി കൂട്ടിപാടും.

ദേശത്തെ മൂത്താശ്ശേരി കുത്തിപ്പണിതൊരു കാളക്കുട്ടി (2).
ഉത്രാളിക്കാവില്ക്കേയ് കുത്തിപ്പണിതൊരു കാളക്കുട്ടി (2).

കാളയെ കുത്തുന്നതിന് പാരിതോഷികമായി ആശാരിക്ക് അരിയും, വലിയ കെട്ട് പപ്പടവും കൊടുക്കാറുണ്ട്. എന്നാൽ ഈ ഉപഹാരങ്ങളേക്കാളേറെ അവരെ ആനന്ദിപ്പിക്കുന്നത്, പാട്ടിലേക്ക് അ

വരെ കൂട്ടി ഇണക്കിയ വരികൾ ആണെന്ന് ആവേദകൻ സൂചിപ്പിക്കുന്നു (മോഹനൻ പി.കെ, 54).

വേലയുടെ അന്നേദിവസം വരെ വീടുകളിൽ കയറി കളിക്കുന്നത് തുടരും. അവസാനം ദേശത്തെ അകമല ശാസ്താവിന്റെ ക്ഷേത്രത്തിൽ കൂടി പോയതിനുശേഷം ആണ് ഉത്രാളിക്കാവിലേക്ക് എഴുന്നള്ളുക. മറ്റൊരുതരത്തിൽ പറഞ്ഞാൽ ദേശത്തെ ജനതയെ വേലയുടെ ആരവങ്ങളിലേക്ക് അടുപ്പിക്കുന്നത് കരിഞ്ചായകൂട്ടങ്ങളാണ്. കാരണം പൂതൻതിറ, കാള, എന്നിവരുടെ ദേശസഞ്ചാരങ്ങൾ ഒരേസമയം വേളയുടെ അറിയിപ്പും, തട്ടകവാസികളിലെ വേലയനുഭവങ്ങളുടെ വീണ്ടെടുപ്പും കൂടിയാണ്. ഈ അനുരണനത്തിന്റെ തുടർച്ചയിലാണ് ഓരോ വർഷത്തെയും വേലയിലേക്ക് അവർ നടന്നടുക്കുന്നത്.

കാവിലെ വേലകളിയും അനുഭൂതികളും.

മറ്റ് കരിഞ്ചായ കൂട്ടത്തോടൊപ്പമാണ് കാള കാവിലേക്ക് കയറുക. കാളയുടെ കൂടെ ചെണ്ട കൂടാതെ തിതേര്യകുടകളും ഉണ്ടാകും. കുടയെടുക്കുക അകമല കോളനിയിലെ സ്ത്രീകളാണ്. ഉയർത്തിയും താഴ്ത്തിയും തിരിച്ചുമെല്ലാം സ്ത്രീകൾ കുടയുമായി കളിച്ച്, താളത്തിനൊത്ത് ചുവടുവെക്കും. കുട തണലിന്റെയും സഞ്ചാരത്തിന്റെയും പ്രതീകമാണ്. ആയതിനാൽ തന്നെ പെണ്ണുങ്ങൾ ചൂടുന്ന തണലിന്റെ സർഗാത്മക സഞ്ചാരത്തിലാണ് കരിഞ്ചായക്കൂട്ടം (ദളിത് ജീവിതങ്ങൾ) നടന്നുകൊണ്ടിരിക്കുന്നത് എന്ന തിരിച്ചറിവ് കൂടിയാണ് ഈ സന്ദർഭം.

കാവിലേക്ക് ആദ്യം കയറുക പറയരുടെ വേഷങ്ങളാണ്. അതിനു ശേഷമായിരുന്നു കാള കയറിയിരുന്നത്. എന്നാൽ ഇപ്പോൾ കുറച്ചുനാളായി പറയരുടെ വേഷങ്ങൾ വരാത്തതിനാൽ കാളയാണ് ആദ്യം കയറുക, പുറകെ മറ്റു കരിഞ്ചായ കൂട്ടങ്ങൾ ഓരോന്നായി കയറും. കാവിലെത്തിയാൽ പാട്ടുമുറുകും ആദ്യത്തെ പാട്ട് പാടിയതിന് ശേഷം മറ്റു പാട്ടുകളെല്ലാം കോർത്തുകോർത്ത് പാടാറാണ് പതിവ്, അതിന് ക്രമം പാലിക്കണമെന്നില്ല. ചില സമയങ്ങളിൽ പാട്ട് കെട്ടിക്കൂട്ടുന്നതും പതിവാണ്. അങ്ങനെ വേല പറമ്പിലെ സവിശേഷമായ അനുഭവങ്ങളെല്ലാം ചിലപ്പോൾ പാട്ടിലേക്ക് കടന്നുവന്നേക്കാം. 'പാട്ട് പാടുന്ന സമയത്ത് കാവിലെ കാഴ്ചകളിൽ അല്ല പാട്ടിൽ എവിടെയോ നിൽക്കുന്ന പോലെയാണ് തോന്നുക. മരത്തിലുള്ള കിളികളും മൃഗങ്ങളും എല്ലാം കാളയെ കാണാൻ വന്നതാണെന്ന് തോന്നാറുണ്ട്.' ഇതെല്ലാം പാട്ടായി മാറാം.

1. ചെമ്പോത്തെ ചെമ്പോത്തെ കുന്നി കുരുമണി കള്ള്യേ...
നീയെന്താ ഇത്ര നേരം വൈകിയേ. (2)
ഉത്രാളിക്കാവിലെ കാളകളി കണ്ടു
ഞാനൊന്നു നിന്നു ഞാൻ നേരം പോായേ. (2)

ചെമ്പോത്തെ ചെമ്പോത്തെ കുന്നി കുരുമണി കള്ള്യേ...
നീയെന്താ ഇത്ര നേരം വൈകിയേ. (2)
ഉത്രാളിക്കാവിലെ കാള വരമ്പത്തെ
കളകളികണ്ടു നേരം വൈകിയേ.(2)

2. പൊന്മാന്റെ ചിറകു കൊണ്ടൊരു
അമ്പലം മേഞ്ഞേ തൈതാ.
പൊന്മാന്റെ കാലുകൊണ്ടൊരു താഴികക്കുടം പണിതീർത്തെ.
തക താരട തിന്താരോ തിത്തക താരോ തിന്താരോ.

കാളയുടെ വലിപ്പം ഉപയോഗിക്കാനുള്ള സാമഗ്രികൾ എന്നിങ്ങനെയുള്ള എല്ലാ അംശങ്ങളെക്കുറിച്ചും പാട്ടിൽ വിശദീകരിക്കുന്നു. ദേശത്തെ തമ്പുരാനും വെള്ളോനും തമ്മിലുള്ള സംഭാഷണത്തിന്റെ രൂപത്തിലാണ് പാട്ടിനെ ചിട്ടപ്പെടുത്തിയിരിക്കുന്നത്. കളുകളിൽ ആവർത്തിച്ചുവരുന്ന പദമാണ് വെള്ളോൻ എന്നത്. വെള്ളോൻ എന്നാൽ സമുദായത്തിലെ അവാന്തര വിഭാഗമാണ്. വെള്ളോനോട് കാളയെ കുറിച്ച് സംസാരിക്കുന്ന, വില പറയാൻ ആവശ്യപ്പെടുന്ന തമ്പുരാന്റെ വർത്തമാനത്തെ മുറിച്ചു നിർത്തുന്ന വെള്ളോന്റെ ഇടപെടലുകളാണ് പാട്ടിലുടനീളം.

നിന്റെ കാള പൂക്കുളമ്പല്ലട ദേശത്ത് വാഴുന്ന വെള്ളോനെ (2). എന്ന് തമ്പുരാൻ ഉറപ്പിക്കുമ്പോൾ. എന്റെ കാളയ്ക്ക് താമരക്കുളമ്പ് അച്ചടിതാഴെ തൈത (2). എന്ന് വെള്ളാൻ മറുപടി പറയുന്നു.

ശേഷം കാളയുടെ കാലിനെ കുറിച്ചും ഉടലിനെ കുറിച്ചും മുഖത്തെക്കുറിച്ചും കൊമ്പിനെക്കുറിച്ചും എല്ലാം തമ്പുരാൻ ചോദ്യങ്ങൾ ഉന്നയിക്കുകയും വെള്ളോൻ അതിന് മറുപടി പറയുകയും ചെയ്യുന്നുണ്ട്.

പ്രസ്തുത വരികൾ ചുവടെ ചേർക്കുന്നു.

കാള നടന്നാലോ അത് എന്തുകൊണ്ടാണട വെള്ളോനെ.
കാള നടന്നാലും അരളി കൊമ്പേ തൈ താ.
കാള തിരു ഉടലെ എന്തുകൊണ്ടാണട വെള്ളോനെ.
കാള തിരു ഉടലെ പാതിര് പാലൈ തൈ താ.

തക താരട തിന്താരെ ന്റെ ഓമന കാളെ തൈ താ.(2)

ഇതിനെല്ലാം ശേഷം ഇക്കാള വില പറയടാ ദേശത്ത് വാഴണ വെള്ളോനെ എന്ന തമ്പുരാന്റെ കൽപ്പനയ്ക്ക്, കൊമ്പഞ്ച് കൊളമ്പഞ്ച് അങ്ങനെ പത്തുപണം പറഞ്ഞ് ആണ് വെള്ളോൻ മറുപടി കൊടുക്കുന്നത്.

ഒരു കാളക്ക് അഞ്ചു കൊളമ്പോ അഞ്ചു കൊമ്പോ ഉണ്ടാവുകയില്ല എന്നതാണ് യാഥാർത്ഥ്യം എന്നിരിക്കെ, നിങ്ങൾ കാണുന്ന കാഴ്ചയെക്കാൾ ഏറെ നിങ്ങൾ കാണാത്ത മൂല്യങ്ങളാണ് കാളയിൽ ഉള്ളതെന്ന ഉറപ്പിക്കൽ കൂടിയാണ് ഈ വാക്കുകൾ. ഒരു കൊമ്പിന് ഒരു പണവും, ഒരു കുളമ്പിന് ഒരു പണവും എന്ന മട്ടിൽ അഞ്ചു കൊമ്പിനും അഞ്ചു കൊളമ്പിനും കൂടി ആകെ പത്ത് പണമാണ് വെള്ളോൻ പറയുന്നത്. വാക്കിന്റെ ആഴത്തെ പ്രത്യക്ഷത്തിൽ മനസ്സിലാക്കാൻ ആകാത്ത തമ്പുരാൻ തന്നെ വക വരുത്തുമോ എന്ന ഭയമാണ് അടുത്ത വരി.

ആ വാക്ക് കേട്ടാലോന്റെ തമ്പുരാനാണെ തൈ ത.

തല കൊയ്യാൻ വെട്ടരുതേന്റെ തമ്പുരാനാണെ തൈ ത.

തല കുമ്പിട്ട് നിൽക്കാൻ മാത്രം ശീലിപ്പിച്ച അധികാരവ്യവസ്ഥയോട് നേർക്കുനേർ നിന്ന് സംവദിക്കുകയും, അവർ അറിയാത്ത മറ്റ് മൂല്യബോധങ്ങളെ ഉദ്ഘോഷിക്കുകയും, അതേസമയം പരിണിതഫലങ്ങളെ കുറിച്ച് ധാരണ പേറുകയും ചെയ്യുന്ന വെള്ളോൻ എന്ന സങ്കല്പം ചെറുമർക്കുള്ളിലെ സമരസംഘർഷങ്ങളാണ്.

കാളയുടെ ശരീരഭാഷയും ലാവണ്യമാനങ്ങളും.

കാളകളിപ്പാട്ടിലെ വരികളെപ്പോലെ നമ്മുടെ യഥാതഥ സൗന്ദര്യബോധങ്ങളോട് ഇടയുന്ന ലാവണ്യമാനങ്ങൾ കാളയുടെ മുഖത്തെഴുത്ത് അലങ്കാരങ്ങൾ, ശരീരഭാഷ എന്നിവയിലും പ്രകടമാണ്. മുഖത്തെഴുത്തിൽ കണ്ണ്, മൂക്ക് എന്നിങ്ങനെയുള്ള അംഗങ്ങളെയെല്ലാം അതിന്റെ കൃത്യതയും അളവും നോക്കി അടയാളപ്പെടുത്തണമെന്നില്ല, പകരം അവയവങ്ങളെ ചേർത്ത് വെക്കുകയാണ് പ്രധാനമായി കരുതുന്നത്.

എന്താണ് യാഥാർത്ഥ്യം എന്ന ചോദ്യത്തെ കാളയുടെ ശരീരഭാഷയിൽ നിന്നും നമുക്ക് വായിച്ചെടുക്കാവുന്നതാണ്. നമ്മുടെ രണ്ടു കണ്ണുകൾക്കും ഒരേ അകലവും വലിപ്പവും ആണെന്നത് നമ്മുടെ തോന്നൽ മാത്രമാണല്ലോ, സൂക്ഷ്മമായ നോട്ടത്തിൽ നേരിയ മാറ്റങ്ങൾ സ്വാഭാവികമാണ്. അധ്വാനത്തിനനുസരിച്ച് നമ്മുടെ ഇരു കൈകളുടെയും ഘടനയിലും ബലത്തിലും മാറ്റങ്ങൾ ഉണ്ടാകാറി

ല്ലേ, എന്നാൽ രണ്ടും ഒരുപോലെയാണെന്ന് പുറമെയുള്ളവർ ധരിക്കുക സാധാരണവുമാണ്. ഈ പുറം നോട്ടങ്ങളിലൂടെയുള്ള സൗന്ദര്യ സങ്കല്പത്തെയാണ് ചിത്രസൂത്രം പോലുള്ള സൗന്ദര്യലക്ഷണ ഗ്രന്ഥങ്ങളിലെ താല, മാനക്രമങ്ങൾ മുന്നോട്ട് വെക്കുന്നത്. ക്ഷേത്രങ്ങളിലെ പാരമ്പര്യ ചുമർചിത്രകല സമ്പ്രദായങ്ങളിലും, അലങ്കാര കാളകളിലുമെല്ലാം നമുക്ക് കാണാനാകുന്നതും, വലതു പോലെ ഇടത് എന്ന ഇതേ ചിന്തയാണ്. ഈ കൃത്യതയോടാണ് അകമലയിലെ കാളയുടെ ശരീരഭാഷ ഇടയുന്നത്. കൃത്യതകളിലെ ശാഠ്യങ്ങളെക്കാൾ, താളത്തിനുള്ളിലെ സ്വാതന്ത്ര്യമാണ് ഇവിടുത്തെ തത്വശാസ്ത്രം. താളത്തിലും കണക്കുണ്ട്. എന്നാൽ താളത്തിൽ സർഗാത്മകമായ നീക്കുപോക്കുകൾ സാധ്യമാണ് എന്നതാണ് പ്രധാനം. നാട്ടിൻപുറങ്ങളിലെ കൊയ്ത്തുപാട്ടുകളും ഞാറുനടിയിൽ പാട്ടുകളും ഇതിന് ഉദാഹരണമാണ്. ഞാറുനടിയിൽ പാട്ടുകളുടെ താളത്തിന്റെ ക്രമമാണ് ഒരു ഞാറിൽ നിന്നും മറ്റൊരു ഞാറിലേക്കുള്ള അകലത്തെ നിർണയിക്കുന്നത്. ആ ക്രമം അളവുകോലുകളാൽ ചിട്ടപ്പെടുത്തുക അസാധ്യവുമാണ്. ഒരുപക്ഷേ ജൈവികമായ ഏതൊന്നിന്റെയും ലാവണ്യതലവും ഇതുതന്നെയാകാം.

കാളയുടെ ഉടലിൽ നിൽകുന്ന പലനിറത്തിലുള്ള കുത്തുകളും ഇത്തരത്തിൽ കാളയെ കുറിച്ചുള്ള പൊതുബോധ നിർമ്മിതികളോട് സക്രിയയമായി സംവാദത്തിൽ ഏർപ്പെടുന്നു. അവയവങ്ങളുടെ നേരിയ സ്ഥാനചലങ്ങൾക്ക് പോലും സവിശേഷമായ സൗന്ദര്യം ഉണ്ടെന്നും, അത് കാണികളെ കൂടുതൽ കാളയിലേക്ക് അടുപ്പിക്കും എന്നും അവർ വിശ്വസിക്കുന്നു. തന്റെ കാളയ്ക്ക് അഞ്ചു കൊമ്പും അഞ്ചു കുളമ്പും ഉണ്ടെന്ന് ചെറുമർ പാടുന്നതായി നേരത്തെ സൂചിപ്പിച്ചല്ലോ. ഇത്തരം പ്രയോഗങ്ങളെ 'വിസ്മയങ്ങൾ' എന്നാണ് അവർ വിളിക്കാറുള്ളത്. ഈ വിസ്മയങ്ങളുടെ തുടർച്ച തന്നെയാണ് കാളയുടെ ശരീരഭാഷയിലെ സവിശേഷതകളിലും നാം കാണുന്നത്. എന്നാൽ പൂരപ്പറമ്പിൽ സാധാരണ നാം കാണുന്ന പൊലിമയേറിയ അനേകം കാഴ്ചകളിൽ നിന്ന് രണ്ടടി വലിപ്പം മാത്രമുള്ള കാളയുടെ ഉടലിലേക്ക് കാണിയുടെ നോട്ടം തിരിക്കുന്ന ലാവണ്യ തന്ത്രം മാത്രമായി നമുക്കിതിനെ കാണാൻ ആകില്ല. പകരം പാട്ടിലൂടെയും ദൃശ്യ ഭാഷയിലൂടെയും കാളയുടെ സ്വാഭാവിക ഘടനയെ മറികടക്കുകയും, അതുവഴി കാണിയുടെ ബാഹ്യമായ നോട്ടങ്ങളിൽ നിന്നും അവരെ ആന്തരികമായ മൂല്യബോധങ്ങളിലേക്ക് അടുപ്പിക്കാൻ ശ്രമിക്കുകയും ചെയ്യുന്നു എന്ന് സാരം.

ഇത്തരത്തിൽ നമ്മളുടെ കാഴ്ചശ്ശീലങ്ങളോടും, പൊതുബോധത്തോടും, പ്രബല സൗന്ദര്യബോധങ്ങളോടും പല മട്ടിൽ കലഹിക്കുകയും, ശരീരഭാഷയിലേയും, കാളപ്പട്ടുകളിലെയും വൈരുധ്യങ്ങളിലൂടെ സൗന്ദര്യ സങ്കല്പങ്ങളുടെ ബദൽ സാധ്യതകൾക്ക് തുറസ്സാകുകയും ചെയ്യുകയാണ് അകമലയിലെ ചെറുമറുടെ കാള.

ഗ്രന്ഥസൂചി

1. പി.കെ. ബാലകൃഷ്ണൻ, ജാതി വ്യവസ്ഥിതിയും കേരള ചരിത്രവും, ഡി.സി ബുക്സ്, കോട്ടയം, 2014.

2. വില്യം ലോഗൻ, മലബാർ മാനുവൽ, വിവ: ടി.വി കൃഷ്ണൻ, ഏഴാം പ., 2009. ചേലനാട്ട് അച്ചുതമേനോൻ, കേരളത്തിലെ കാളിസേവ, സാഹിത്യ പ്രവർത്തക സംഘം, നാഷണൽ ബുക്സ്റ്റാൾ, കോട്ടയം, 2015

3. വിജയകുമാർ മേനോൻ, ദൈവത്തായ്, കാളീ സങ്കല്പം കേരള പരിസരത്തിൽ, സാമ്പ: ഡോ: എം.വി വിഷ്ണു നമ്പൂതിരി, സുരേഷ് ബാബു എളവായൂർ, ഫോക് ലോർ അക്കാദമി, കണ്ണൂർ, 2004

4. കെ. എൻ. ഗണേഷ്, ബകേരളത്തിന്റെ ഇന്നലെകൾ, ഭാഷാ ഇൻസ്റ്റിറ്റ്യൂട്ട്, തിരുവനന്തപുരം, 2017

5. ടി.എച്ച്. ചെന്താരശ്ശേരി, കേരള ചരിത്രത്തിലെ അവഗണിക്കപ്പെട്ട ഏടുകൾ, മൈത്രി ബുക്സ്, തിരുവനന്തപുരം, 2018.

6. ചേലനാട്ട് അച്ചുതമേനോൻ, കേരളത്തിലെ കാളീ സേവ, സാഹിത്യ പ്രവർത്തക സഹകരണ സംഘം, നഷ്ണൽ ബുക്ക്സ്റ്റാൾ, കോട്ടയം, 2015

ആവേദക സൂചി

1. മോഹനൻ പി.കെ. (54), വലിയപ്പുരക്കുന്ന്, എങ്കെക്കാട്
2. രാജൻ, വലിയപ്പുരക്കുന്ന് (56), എങ്കെക്കാട്
3. സുന്ദരൻ, കേളത്ത് (54), എങ്കെക്കാട്
4. ഗോപാലൻ, കൊടക്കടാത്ത (55), എങ്കെക്കാട്
5. രാജീവ്, കൊടക്കടാത്ത് (52), എങ്കെക്കാട്

○○

12

ഞാറ്റുവേല ചലച്ചിത്രഗാനങ്ങളിൽ

ഡോ. തോമസ് സ്കറിയ

നാടോടിവിജ്ഞാനീയം സാമൂഹികാവിഷ്കാരത്തിന്റെ വിശാലമായ വർണ്ണരാജിയിൽ ശ്രദ്ധ കേന്ദ്രീകരിക്കുന്ന ഒരു പഠനമേഖലയാണ്. സമൂഹങ്ങൾ അവരുടെ യാഥാർത്ഥ്യത്തെ രൂപപ്പെടുത്തുന്ന രൂപങ്ങളും ജീവിതരീതികളും അത് പരിശോധിക്കുന്നു. ആ രൂപങ്ങളിൽ ഭാഷ, ജോലി, ഭക്ഷണം, കളി, നൃത്തം, പാട്ട്, ആംഗ്യങ്ങൾ, വിശ്വാസങ്ങൾ തുടങ്ങിയവ ഉൾപ്പെടുന്നു. അവ തലമുറകളിൽ നിന്ന് തലമുറകളിലേക്ക് കൈമാറ്റം ചെയ്യപ്പെടുന്നു. സാധാരണയായി വാമൊഴിയായി, ഒരൊറ്റ എഴുത്തുകാരനോ സ്രഷ്ടാവോ ഇല്ലാതെയാണ് ഈ കൈമാറ്റം സാധ്യമായത്. കടങ്കഥകൾ, കളികൾ, വംശീയ തമാശകൾ, പുരാവൃത്തങ്ങൾ, ഇതിഹാസങ്ങൾ, പ്രത്യക്ഷത്തിൽ നിസ്സാരമായ സമ്പ്രദായങ്ങൾ, ശ്രദ്ധേയമായ പ്രകടനങ്ങളായി സ്വയം വെളിപ്പെടുത്തുന്ന പ്രവർത്തനങ്ങൾ എന്നിവ നാടോടിവിജ്ഞാനീയ പണ്ഡിതന്മാർ പഠിച്ചേക്കാം. സ്വത്വനിർമ്മാണങ്ങൾ, സ്വയം അവതരണങ്ങൾ, നിയന്ത്രണത്തിന്റെ അല്ലെങ്കിൽ പ്രതിരോധത്തിന്റെ തന്ത്രങ്ങൾ, വിഭവങ്ങൾ, വ്യായാമങ്ങൾ, ആചാരങ്ങൾ, മേളകൾ, ഉത്സവങ്ങൾ, തീർത്ഥാടനങ്ങൾ, തുടങ്ങിയവയൊക്കെയും അവരുടെ പഠന പരിധിയിൽ വരും. നാടോടിവിജ്ഞാനം എന്ന ആശയം ജൈവികമാണ്. കാലത്തിനനുസരിച്ച് പുതിയ മാറ്റങ്ങൾ ഉൾക്കൊള്ളുന്നതിനായി അത് കാലാകാലങ്ങളിൽ വളരുകയും വികസിക്കുകയും ചെയ്യുന്നു. നമുക്ക് നാഗരിക നാടോടിക്കഥകളുണ്ട്, അത് നഗരജീവിതത്തിന്റെ ഫോക്ലോറിസ്റ്റിക് വശങ്ങളിൽ ശ്രദ്ധ കേന്ദ്രീകരിക്കുന്നു. നാടോടിക്കഥകൾ ഇപ്പോൾ വാമൊഴിയിലൂടെയും ഗ്രാമീണതയുടെ പശ്ചാത്തലത്തിലും മാത്രമല്ല നിലനിൽക്കുന്നത്. അത്തരം കഥകൾ ആധുനിക കാലഘട്ടത്തിലും പ്രചരിപ്പിക്കുന്നു

ണ്ട്. സാങ്കേതികവിദ്യയും ഇന്റർനെറ്റും സോഷ്യൽ മീഡിയയും പോലുള്ള സൈബർ ഇടങ്ങളും സമൂഹമാധ്യമങ്ങളിലൂടെ, പാരമ്പര്യങ്ങളുടെ തുടർച്ചയായി നാടോടിസാഹിത്യം നിലനിർത്തുന്നു. ഫോക്ക് എന്ന വാക്കിന്റെ ഇന്ത്യൻ പകരക്കാരനായ 'ലോക്' എന്നതിന് 'ഫോക്ക്' എന്ന വാക്കിനേക്കാൾ കൂടുതൽ അർത്ഥങ്ങളുണ്ട്. 'ഫോക്ലോർ' എന്ന പദത്തിന്റെ മിക്ക ഇന്ത്യൻ നിർവചനങ്ങളും പാശ്ചാത്യ പണ്ഡിതന്മാരുടെ നിർവചനങ്ങളുടെ പ്രാദേശിക അനുരൂപണങ്ങളാണ്. ഗുജറാത്തിൽ 'ലോക് വിദ്യ' എന്ന വാക്ക് 'ഫോക് ലോറി'നു പകരമായാണ് ഉപയോഗിക്കുന്നത്; പഞ്ചാബിൽ, 'ലോകൃൻ', 'ലോക്ധാര', 'ലോക് വേദ', 'ലോക് വിരസ' എന്നിവ ഇംഗ്ലീഷ് പദമായ 'ഫോക്ലോർ' എന്നതിന് ബദലായി ഉപയോഗിക്കുന്നു. മിക്ക ഇന്ത്യൻ സംസ്ഥാനങ്ങളിലും 'ലോക് സാഹിത്യം' എന്ന പദം ഉപയോഗിക്കുന്നു. ഇന്ത്യ ഒരു ബഹുസ്വരസാംസ്കാരിക രാജ്യമാണ്. സാമൂഹികവും സാംസ്കാരികവും മതപരവും ഭാഷാപരവും മറ്റനേകം തലങ്ങളിലുമുള്ള വൈവിധ്യത്താൽ ഇന്ത്യൻ ജീവിതം അടയാളപ്പെടുത്തപ്പെടുന്നു. ഇന്ത്യയിൽ നിരവധി മതങ്ങൾ, ജാതികൾ, നൂറുകണക്കിന് ഭാഷകൾ, മതം തിരിച്ചുള്ള വ്യത്യസ്ത ഉത്സവങ്ങൾ, ജാതി തിരിച്ചുള്ള സാംസ്കാരിക ആചാരങ്ങളും അനുഷ്ഠാനങ്ങളും, വസ്ത്രധാരണ രീതികളും ഭക്ഷണശീലങ്ങളും ഉണ്ട്. ഇന്ത്യയിൽ ഓരോ സംസ്ഥാനത്തിനും വ്യത്യസ്തമായ നൂറുകണക്കിന് നാടോടിക്കഥകൾ ഉണ്ട്. ഈ നാടോടി വിഭാഗങ്ങളെക്കുറിച്ചും ഇന്ത്യയിലെ ജനങ്ങളുടെ സാംസ്കാരിക ജീവിതത്തെക്കുറിച്ചും വിപുലമായി എഴുതാനുണ്ട്. ഇത് നാടോടിക്കഥകളുടെ ചരിത്രമെഴുതുന്നതിലും പ്രശ്നങ്ങൾ സൃഷ്ടിച്ചിട്ടുണ്ട്. ഭാരതീയരുടെ സാംസ്കാരിക ജീവിതവുമായി ബന്ധപ്പെട്ട എല്ലാ ഫോക്ക്‌ലോർ വിഭാഗങ്ങളും ഒരുമിച്ച് ചേർക്കുന്നതും വെല്ലുവിളിയാണ്. വിനോദസഞ്ചാരകേന്ദ്രങ്ങൾ, റെസ്റ്റോറന്റുകൾ, പാക്കേജുചെയ്ത ഭക്ഷണങ്ങൾ, സംഗീതം, പുസ്തകങ്ങൾ, വസ്ത്രങ്ങൾ, ഗൃഹാലങ്കാരങ്ങൾ എന്നിവയിലൂടെ എണ്ണമറ്റ വ്യവസായങ്ങൾ നാടോടിസങ്കല്പം പുനർനിർമ്മിക്കുന്നു. അതുപോലെ കൃഷിയുമായി, പ്രത്യേകിച്ച് ഞാറ്റുവേലയുമായി, ബന്ധപ്പെട്ട നാടോടി അറിവുകളെ മലയാളത്തിലെ ചലച്ചിത്രഗാനങ്ങളിൽ എങ്ങനെ ഉപയോഗപ്പെടുത്തിയിരിക്കുന്നുവെന്ന് ഈ പ്രബന്ധം അന്വേഷിക്കുന്നു.

ഞാറ്റുവേല ഗാനങ്ങളിൽ

ഞായറിന്റെ വേളയാണ് ഞാറ്റുവേല. ഞായർ സൂര്യനെയും വേ

ള സമയത്തെയുമാണ് സൂചിപ്പിക്കുന്നത്. ഇങ്ങനെ വരുമ്പോൾ സൂര്യന്റെ സമയം എന്നും ഞാറ്റുവേലയെ വിശേഷിപ്പിക്കാം. ഭൂമി സൂര്യനെ ചുറ്റുന്ന പ്രദക്ഷിണപാതയെ 27 സമഭാഗമായി വിഭജിച്ച് അവയോരോന്നിനെയും ഓരോ ഞാറ്റുവേലയായി കണക്കാക്കുന്നു. കാർഷിക വർഷം ആരംഭിക്കുന്നത് മേടമാസത്തിലാണ്. മേടമാസത്തിൽ തുടങ്ങി മീനമാസത്തിൽ അവസാനിക്കുന്ന ഒരു കാർഷിക വർഷത്തെ പതിമൂന്നര ദിവസം വീതമുള്ള 27 ഭാഗങ്ങളായി തിരിക്കുന്നു. അശ്വതി മുതൽ രേവതി വരെയുള്ള 27 നക്ഷത്രങ്ങളുടെ പേരിൽ ഈ ഞാറ്റുവേലകളെ ചിട്ടപ്പെടുത്തുന്നു. അശ്വതി ഞാറ്റുവേല, ഭരണി ഞാറ്റുവേല, കാർത്തിക ഞാറ്റുവേല എന്നിങ്ങനെ. സൂര്യൻ ഏതു നക്ഷത്രക്കൂട്ടത്തിനൊപ്പമാണു കാണപ്പെടുന്നത് എന്നതിന്റെ അടിസ്ഥാനത്തിലാണ് ഞാറ്റുവേലകൾകൾക്ക് ഈ പേരിട്ടിരിക്കുന്നത്. വിഷു മുതൽ അശ്വതി ഞാറ്റുവേല തുടങ്ങും. അവസാനത്തെ ഞാറ്റുവേല രേവതിയും. വിവിധ ഞാറ്റുവേലകൾ താഴെക്കാണും വിധമാണ്:

	മലയാളമാസം	ഞാറ്റുവേല	ഇംഗ്ലീഷ് മാസം
1	മേടം 1–4	അശ്വതി	ഏപ്രിൽ 14 –27
2	മേടം 14–28	ഭരണി	ഏപ്രിൽ 27–മേയ് 10
3	മേടം 28	ഇടവം 10	
		കാർത്തിക	മേയ് 10–24
4	ഇടവം 10–24	രോഹിണി	മേയ് 24–ജൂൺ 7
5	ഇടവം 24		
	മിഥുനം 7	മകയിരം	ജൂൺ 7–21
6	മിഥുനം 7–21	തിരുവാതിര	ജൂൺ 21–ജൂലൈ 5
7	മിഥുനം 21		
	കർക്കിടകം 3	പുണർതം	ജൂലൈ 5–18
8	കർക്കിടകം 3–17	പൂയം	ജൂലൈ 18–ആഗസ്റ്റ് 2
9	കർക്കിടകം 17–31	ആയില്യം	ആഗസ്റ്റ് 2–16
10	കർക്കിടകം 31–		
	ചിങ്ങം 14	മകം	ആഗസ്റ്റ് 16–30
11	ചിങ്ങം 14–28	പൂരം	ആഗസ്റ്റ് 30
			സെപ്റ്റംബർ 13

12	ചിങ്ങം 28 കന്നി 10	ഉത്രം	സെപ്റ്റംബർ 13-26
13	കന്നി 10-24	അത്തം	സെപ്റ്റംബർ 26 ഒക്. 10
14	കന്നി 24 തുലാം 7	ചിത്തിര	ഒക്ടോബർ 10-23
15	തുലാം 7-21	ചോതി	ഒക്ടോബർ 23 നവംബർ 6
16	തുലാം 21 വൃശ്ചികം 4	വിശാഖം	നവംബർ 6-19
17	വൃശ്ചികം 4-17	അനിഴം	നവംബർ19 ഡിസംബർ 2
18	വൃശ്ചികം 17-30	തൃക്കേട്ട	
19	വൃശ്ചികം 30 ധനു 13	മൂലം	ഡിസംബർ 15-28
20	ധനു 13-26	പൂരാടം	ഡിസംബർ 28 ജനുവരി 10
21	ധനു 26-മകരം 11	ഉത്രാടം	ജനുവരി 10-23
22	മകരം 11-24	തിരുവോണം	ജനു. 23 ഫെബ്രു. 5
23	മകരം 24 കുംഭം 7	അവിട്ടം	ഫെബ്രുവരി 5-18
24	കുംഭം 7-20	ചതയം	ഫെബ്രുവരി 18 മാർച്ച് 4
25	കുംഭം 20-മീനം 3	പൂരുരുട്ടാതി	മാർച്ച് 4-17
26	മീനം 3-17	ഉതൃട്ടാതി	മാർച്ച് 17-30
27	മീനം 17-30	രേവതി	മാർച്ച് 30 ഫെബ്രുവരി 14

വയലാർ രാമവർമ്മ ജ്വാലക്കുവേണ്ടി എഴുതിയ ഗാനത്തിൽ ഞാറ്റുവേല കടന്നുവരുന്നുണ്ട്.

'കുടമുല്ലപ്പൂവിനും മലയാളിപ്പെണ്ണിനും
ഉടുക്കാൻ വെള്ളപ്പുടവ
കുളിക്കാൻ പനിനീർച്ചോല
കൂന്തൽ മിനുക്കാൻ ഞാറ്റുവേല

കൂന്തൽ മിനുക്കാൻ ഞാറ്റുവേല.'

ഞാറ്റുവേല ഒഎൻവി മിഥുനം എന്ന സിനിമക്കെഴുതിയ ഗാനത്തിലും വരുന്നുണ്ട്.

'ഞാറ്റുവേലക്കിളിയേ നീ
പാട്ടുപാടിവരുമോ
കൊന്നപൂത്തവഴിയിൽ - പൂ
വെള്ളു മൂത്ത വയലിൽ
കാത്തുനിൽപ്പു ഞാനീ
പുത്തിലഞ്ഞിച്ചോട്ടിൽ - തനിയേ
ഞാറ്റുവേലക്കിളിയേ നീ
പാട്ടുപാടിവരുമോ'

അശ്വതിയും ഭരണിയും കാർത്തികയുടെ കാൽഭാഗവും ചേരുന്നതാണ് മേടക്കൂറ്. അശ്വതി ഞാറ്റുവേലയും ഭരണി ഞാറ്റുവേലയും പൂർണ്ണമായും കാർത്തിക ഞാറ്റുവേലയുടെ കാൽഭാഗവും മേടമാസത്തിലാണ് വരുന്നത്. ഈ ക്രമത്തിൽ ഞാറ്റുവേലകളെ മാസക്കൂറ് അനുസരിച്ചും പറയാറുണ്ട്. മലയാള മാസങ്ങൾ പല ഗാനങ്ങളിലും കടന്നു വരാറുണ്ട്. മേടമാസക്കാലത്തെക്കുറിച്ച് ബിച്ചു തിരുമല ഒരു ഗാനത്തിൽ എഴുതി.

'മേടമാസക്കാലം മേനി പൂത്ത നേരം
സങ്കല്പമായാതീരം തേടുമെൻ മുന്നിൽ പോരൂ ദേവാ (2)
മേടമാസക്കാലം....
നിറം മങ്ങി നിന്നാലും നിശാഗന്ധിയെന്നാലും
വിളമ്പും വികാരങ്ങൾ തുമ്പിക്കുപോലും (നിറം മങ്ങി..)
നികുഞ്ജങ്ങൾ പൂത്തുനിൽക്കും മനസ്സിന്റെ വാടിയിൽ
വിഷുക്കാലമേഘം പോലും ചിരിക്കുന്ന വേളയിൽ
നിനക്കായ് എന്നെയെന്നും നിവേദിച്ചു നിൽപ്പുഞാൻ
മേടമാസക്കാലം മേനി പൂത്ത നേരം
സങ്കല്പമായാതീരം തേടുമെൻ മുന്നിൽ പോരൂ ദേവാ
മേടമാസക്കാലം....(എനിക്കു ഞാൻ സ്വന്തം)'

നക്ഷത്രങ്ങളും ഗാനങ്ങളിൽ പരാമർശിതമാകാറുണ്ട്. ശ്രീകുമാരൻ തമ്പി ഡെയിഞ്ചർ ബിസ്കറ്റിനു വേണ്ടി എഴുതിയ ഗാനത്തിൽ അശ്വതി നക്ഷത്രം കടന്നുവരുന്നു.

'അശ്വതിനക്ഷത്രമേ എൻ അഭിരാമസങ്കൽപ്പമേ
ഹൃദയാംബരത്തിലെ മുകിലാംബരത്തിലെ
മറയാത്ത മംഗല്യമേ

അശ്വതി നക്ഷത്രമേ എൻ അഭിരാമസങ്കൽപ്പമേ
ആദ്യ താരമായ് ആദ്യാനുരാഗമായ്
അഴകേ എൻ ഹൃദയത്തിൽ നീ വിടർന്നു
ഒരു താരം മാത്രം ഉദിക്കുന്ന മാനം
ഹൃദയേശ്വരി എൻ മനസ്സെന്ന മാനം
അശ്വതി നക്ഷത്രമേ എൻ അഭിരാമസങ്കൽപ്പമേ'

അശ്വതിഞ്ഞാറ്റുവേല കള്ളനാണ് എന്ന് ഒരു പഴമൊഴിയുണ്ട്. കാമുകഹൃദയത്തിൽ കാമുകി അശ്വതി നക്ഷത്രം പോലെ ഉദിച്ചു നിൽക്കുകയാണ്.

മകയിരം ഞാറ്റുവേലയും ഗാനങ്ങളും

കാലവർഷം മതി മറന്ന് പെയ്യുന്ന മകയിരം ഞാറ്റുവേലയും ഗാനങ്ങളിൽ പരാമർശിതമാണ്. ശ്രീകുമാരൻതമ്പി മുദ്ര മോതിരം എന്ന ചിത്രത്തിനു വേണ്ടി എഴുതിയ ഗാനം മകയിരം ഞാറ്റുവേലയുടെ സവിശേഷതകളെ അവതരിപ്പിക്കുന്നതാണ്.

'മഴമുകിൽ ചിത്രവേല മകയിരം ഞാറ്റുവേല..
മരതകപ്പട്ടുടുക്കാൻ ഒരുങ്ങുന്ന വയലേല
മനസ്സിൽ നീ നിൻ മനസ്സാം മലർച്ചെടി പാകി
മറക്കുവതെങ്ങനെ ഞാൻ.. ആ പുലരി
മറക്കുവതെങ്ങനെ ഞാൻ...'

മുളപ്പിച്ച വിത്തുപാകാൻ ഏറ്റവും യോജിച്ച ഞാറ്റുവേലയാണ് മകയിരം ഞാറ്റുവേല. വിത്തിട്ട പ്രണയം മുളച്ചുകയറാൻ തുടങ്ങുന്നതിന്റെ പശ്ചാത്തലത്തെ കവി ഞാറ്റുവേലയുടെ പരാമർശത്തോടെ വ്യക്തമാക്കുന്നു.

മുണ്ടകൻ കൊയ്ത്ത് ഗാനങ്ങളിൽ

കേരളത്തിലെ പരമ്പരാഗത നെൽകൃഷി വേളകളിൽ ഒന്നാണ് മുണ്ടകൻ. രണ്ടാം വിള കൃഷിയാണ് മുണ്ടകൻ. മകരക്കൊയ്ത്ത് എന്നും ഇത് അറിയപ്പെടുന്നു. മുണ്ടകൻ കൃഷിയുടെ വിജയം യഥാസമയം വെള്ളം കിട്ടുന്നതിനാലാണ്. വയലിൽനിന്നും വെള്ളം ഊർന്നും ചോർന്നും പോകാതിരിക്കാൻ നിലംപൂട്ടി നല്ലവണ്ണം ചെളിയാക്കുകയും വരമ്പ് ചേറുകൊണ്ട് പൊതിയേണ്ടതുമാണ്. പാടശേഖരങ്ങളിൽ വിത്ത് നേരിട്ടു വിതയ്ക്കുന്നതിനു പകരം നെല്ല് വിതച്ച് തൈകൾ മുളപ്പിച്ച ശേഷം അവ പാടത്തേക്ക് പറിച്ചു നടുകയാണ് ചെയ്യുന്നത്. പ്രഭു എന്ന ചിത്രത്തിൽ ഏറ്റുമാനൂർ ശ്രീകുമാർ എഴുതിയ ഒരു ഗാനം മുണ്ടകൻ കൊയ്ത്തുമായി ബന്ധപ്പെട്ടതാണ്.

'മുണ്ടകൻ കൊയ്ത്തിനു പോയേ ഏനൊരു
മൂപ്പനെ കൂട്ടിനെടുത്തേ
മൂപ്പനു വെറ്റില ചെല്ലം കൊണ്ടൊരു
മൂപ്പത്തി കൂട്ടിനു വന്നേ
(മുണ്ടകൻ...)
മൂപ്പന്റെ മോളൊരു കന്നി
മിന്നുന്ന മൂക്കുത്തിയിട്ടൊരു പൊന്നി (2)
മുല്ലക്കവൾ നേരം കണ്ടാൽ മുറ്റത്ത്
മൊട്ടു കൊടുത്തോണ്ടു നിന്നേ (2)
മൊട്ടു കൊടുത്തോണ്ടു നിന്നേ
(മുണ്ടകൻ,....)
മുത്തു മറയ്ക്കാത്ത മുണ്ടിൻ മുന്താണി
മുത്തുക്കുടങ്ങൾക്കു മീതേ
മൂടിയവൾ നിന്നു പുത്തൻ നാണം
മൂടിപ്പുതച്ചോണ്ടു നിന്നേ (2)
മൂടിപ്പുതച്ചോണ്ടു നിന്നേ
(മുണ്ടകൻ...)
മുണ്ടകൻ പാടത്തു പോയീല്ലാ
ഏനന്ന് മൂപ്പന്റെ വീട്ടിലുറങ്ങി
മുങ്ങിക്കുളിച്ചു തുടിക്കും പൊന്നീടെ
മുത്തുകൾ കൊയ്തോണ്ടു പോന്നേ (2)
മുത്തുകൾ കൊയ്തോണ്ടു പോന്നേ
(മുണ്ടകൻ...)'

നാടൻ പാട്ടിന്റെ ഈണത്തിൽ ഒരു കഥ ഈ ഗാനത്തിൽ കവി പറഞ്ഞു വയ്ക്കുന്നു.

തിരുവാതിര ഞാറ്റുവേലയും ഗാനങ്ങളും

ഞാറ്റുവേലകളിലെ രാജാവ് തിരുവാതിര ഞാറ്റുവേല തന്നെ. മകയിരം ഞാറ്റുവേലയിൽ തിമിർത്തു പെയ്ത കാലവർഷം തിരുവാതിര ഞാറ്റുവേലക്കാലത്ത് ഒട്ടൊന്നു ശമിക്കും. ഇടവിട്ട് ഇടവിട്ട് ചന്നംപിന്നംമഴപെയ്യും.ഇടയ്ക്ക് വെയിലു വീഴും. ഫലവൃക്ഷത്തൈകളും ചെടികളും കാർഷികവിളകളും നടാനും മാറ്റി നടാനും പറ്റിയ സമയമാണിത്. മാവിന്റെയും പ്ലാവിന്റെയും കമ്പ് പോലും ഈ സമയത്ത് കുത്തിയാൽ വളരുമെന്നാണ് വിശ്വാസം. കൽപ്പവൃക്ഷം എന്ന സിനിമയ്ക്ക് വേണ്ടി ശ്രീകുമാരൻ എഴുതിയ ഒരു ഗാനത്തിൽ തിരുവാതിര ഞാറ്റുവേല പരാമർശിക്കുന്നുണ്ട്.

ഫോക്‌ലോർ വായനകൾ

'വയൽ വരമ്പിൽ ചിലമ്പുതുള്ളി
വയൽപ്പൂക്കളിൽ തേൻ തുളുമ്പി
ഇലയനങ്ങിയ താളമോ,
ഇളംകാറ്റിന് രാഗമോ,
കണങ്കാലിലെ കൊലുസുകളോ,
കളിയാക്കിയതാർ എന്നെ കളിയാക്കിയതാര്?
ഇടവപ്പാതിമേഘമേ ഇതിലേ വാ
എന്നിടനെഞ്ചിലെ മിന്നൽപ്പൂ ചൂടിപ്പോകാം
മടമുറിഞ്ഞമനസ്സിലെ കൈത്തോടിന്നലകളിൽ
കനവൊഴുക്കും കളിവഞ്ചികൾ കണ്ടു പോകാം
വയൽ വരമ്പിൽ ചിലമ്പുതുള്ളി.....
തിരുവാതിര ഞാറ്റുവേല പൂക്കളെ
ഈ തിരുമധുരം നേദിക്കാൻ കൂടെ വരൂ
പ്രണയമെന്ന ദേവത വരമരുളും കോവിലിൽ
തിരുവിളക്കു കൊളുത്തുവാൻ കൂട്ടുപോരൂ
വയൽ വരമ്പിൽ ചിലമ്പുതുള്ളി......'

ഇങ്ങനെ ഒട്ടനവധി ഗാനങ്ങൾ ഞാറ്റുവേലുകളുമായി ബന്ധപ്പെട്ട് മലയാള സിനിമയിൽ അവതരിപ്പിക്കുന്നുണ്ട്. കൃഷിയെയും കൃഷിരീതികളെയും സിനിമയിലെ കഥാസന്ദർഭങ്ങളുമായി യോജിപ്പിച്ച് ഗാനങ്ങളിൽ സന്നിവേശിപ്പിക്കുവാൻ അത്തരം ഗാനങ്ങളിൽ കവികൾ ശ്രദ്ധിക്കുന്നു.

13

'തനത്': അന്വേഷണം, ആവിഷ്കാരം ജി.അരവിന്ദന്റെ 'കുമ്മാട്ടിയിൽ'

വിഷ്ണു പി. എസ്.

സംസ്കാരത്തിന്റെ നിദർശനങ്ങളിലൊന്നാണ് നാടോടിവിജ്ഞാനീയം. നാടൻപാട്ടുകൾ, നാടോടിക്കഥകൾ, പുരാവൃത്തം, ഐതിഹ്യം, മിത്ത്, ആചാരങ്ങൾ, വിശ്വാസങ്ങൾ, അനുഷ്ഠാനങ്ങൾ, പഴഞ്ചൊല്ലുകൾ, കടങ്കഥകൾ, കളികൾ തുടങ്ങി നിരവധി വിഭാഗങ്ങൾ ഫോക് ലോർ ഉൾക്കൊള്ളുന്നു. ദോഷം തീർക്കുവാനും കുട്ടികളെ സന്തോഷിപ്പിച്ച് അവർക്ക് അനുഗ്രഹം നേരാനുമെത്തുന്ന കുമ്മാട്ടി രൂപങ്ങളുടെ ഐതിഹ്യം, അർജുനൻ പാശുപതാസ്ത്രത്തിനു വേണ്ടി തപസ്സ് ചെയ്ത ശിവകഥയുമായി ബന്ധപ്പെട്ടതാണ്. കേരളത്തിൽ തൃശ്ശൂർ, പാലക്കാട്, വയനാട് ജില്ലകളിലാണ് കുമ്മാട്ടി പ്രചാരത്തിലുള്ളത്. ഓണത്തോടനുബന്ധിച്ചും ദേവപ്രീതിക്കായും വിളവെടുപ്പിനോടനുബന്ധിച്ചുമാണ് കുമ്മാട്ടി ആഘോഷിക്കാറുള്ളത്. ഇതിന്റെ പശ്ചാത്തലത്തിൽ കുട്ടികളെ കേന്ദ്രകഥാപാത്രമാക്കിക്കൊണ്ട് 1979ൽ ജി. അരവിന്ദൻ സംവിധാനം ചെയ്ത സിനിമയാണ് കുമ്മാട്ടി. കാവാലം നാരായണപ്പണിക്കരാണ് കുമ്മാട്ടിയുടെ കഥയും ഗാനങ്ങളും തയ്യാറാക്കിയിട്ടുള്ളത്. നാടോടി സിനിമ, കുട്ടികളുടെ സിനിമ, കുട്ടികൾക്ക് വേണ്ടിയുള്ള സിനിമ എന്നീ വിഭാഗങ്ങളിൽ പഠനവിധേയമാക്കാവുന്ന സിനിമ കൂടിയാണ് കുമ്മാട്ടി.

തനത്: സങ്കല്പവും ആവിഷ്കാരവും

ഇരുപതാം നൂറ്റാണ്ടിന്റെ പകുതിയിൽ ഇന്ത്യയിലെ പല പ്രാദേശിക ഭാഷകളിൽ രൂപംകൊണ്ട നവോത്ഥാനത്തിന്റെയും സ്വത്വന്വേഷണത്തിന്റെയും ഭാഗമാണ് തനത് നാടകവേദിയെന്ന സങ്കല്പം. പ്രാദേശികവും സാംസ്കാരികവുമായ പൈതൃകത്തിന്റെ അന്വേ

ഷണവും കണ്ടെത്തലും അവതരണവുമാണ് തനത്.

സി.എൻ ശ്രീകണ്ഠൻ നായർ പ്രബന്ധരൂപേണ അവതരിപ്പിച്ച തനതു നാടകവേദി എന്ന ആശയത്തെ വളർത്തിയെടുത്തത് കാവാലം നാരായണപ്പണിക്കരാണ്. അദ്ദേഹത്തിന്റെ സാക്ഷി, തിഴുവാഴിത്താൻ, ദൈവത്താർ, അവനവൻ കടമ്പ, കരിംകുട്ടി, തെയ്യത്തെയ്യം തുടങ്ങിയ നാടകങ്ങൾ തനത് സങ്കൽപ്പത്തിലൂന്നിയതാണ്. ക്ലാസിക്കൽ രംഗകലകളുടെയും അനുഷ്ഠാനകലകളുടെയും നാടോടി കലാരൂപങ്ങളുടെയും അഭിനയരീതിയാണ് തനതുനാടകവേദിയുടെ അടിത്തറ. നാടോടികലകളുടെ ജനകീയാംശങ്ങൾ ചേർത്തുകൊണ്ട് നൃത്തം, ഗീതം, വാദ്യം എന്നിവയിൽ അധിഷ്ഠിതമായ രംഗാവതരണരീതിയാണ് തനത് നാടകങ്ങളുടെ ഏറ്റവും വലിയ പ്രത്യേകത. നിറപ്പൊലിമ, താളാത്മകത, ജൈവികത എന്നിവ തനതിന്റെ പൊതുസ്വഭാവങ്ങളാണ്. രണ്ടാംകിടയായി പരിഗണിച്ചിരുന്ന നാടോടികലാരൂപങ്ങളെ എലൈറ്റിസ്റ്റുകളുടെ (ഉപരിവർഗ്ഗത്തിന്റെ) കലകളുമായി കിടപിടിക്കുന്ന വിധം കാവാലം ചിട്ടപ്പെടുത്തുകയും അവതരിപ്പിക്കുകയും ചെയ്തു. ഈയൊരു മാറ്റം തനതിന് ഉയർന്നസ്ഥാനം തന്നെ നൽകിയെന്ന് പറയാവുന്നതാണ്. കേരളത്തിന്റെ പൈതൃകം വിളിച്ചോതുന്ന തനതുനാടകവേദി മറ്റു നാടകവേദികളിൽ നിന്നും സമീപനങ്ങളിൽ നിന്നും വ്യത്യാസപ്പെട്ട് കിടക്കുകയും ഒരു പുതിയ നാടകസംസ്കാരം വളർത്തിയെടുക്കുകയും ചെയ്തു. ജനജീവിതത്തിന്റെ നന്മയും വേദനയും മണ്ണിന്റെ മണവും കാവാലം തന്റെ നാടകങ്ങളിൽ പ്രവേശിപ്പിച്ചു. കേരളീയ ബിംബങ്ങളുടെ ഏറ്റവും ജൈവികമായ പ്രതിഫലനമായി തനതുനാടകവേദി മാറി. കൃത്രിമത്വത്തിന്റെ യാതൊരു ഏച്ചുകെട്ടലുമില്ലാതെ, സവർണ്ണസങ്കൽപ്പങ്ങളെ വെല്ലുവിളിച്ചു കൊണ്ട് നാടകലോകത്ത് തനത് സംസ്കാരം വേരൂന്നി. കാവാലത്തിന്റെ തനത് നാടകങ്ങളിൽ പ്രത്യക്ഷമാകുന്ന സ്വഭാവസവിശേഷതകൾ അദ്ദേഹം കഥയും ഗാനരചനയും നിർവഹിച്ച കുമ്മാട്ടിയിലും പ്രകടമാണ്. സിനിമയുടെ തിരക്കഥാരചന നിർവഹിച്ചത് ജി. അരവിന്ദനും കാവാലവും ചേർന്നാണ്.

തനതിന്റെ ആവിഷ്കാരം കുമ്മാട്ടിയിൽ

ചിണ്ടൻ എന്ന കുട്ടിയിലൂടെയാണ് കുമ്മാട്ടി വികസിക്കുന്നത്. വർഷത്തിലൊരിക്കൽ വരുന്ന കുമ്മാട്ടി ഒരു ദ്വന്ദവ്യക്തിത്വമാണ്. ലൗകികവും അലൗകികവുമാണത്.

'മാനത്തെ മച്ചോളം തലയെടുത്ത്

പാതാളക്കുഴിയോളം പാദം നട്ട്
മാല ചേല കൂറ കെട്ടിയ കുമ്മാട്ടി'

എന്ന് നീളുന്നു കുമ്മാട്ടിയുടെ പ്രത്യേകതകൾ. കുമ്മാട്ടിയോടൊപ്പം പാട്ടുപാടി കളിക്കുന്ന കുട്ടികളെ കുമ്മാട്ടി മന്ത്രം ചൊല്ലി മൃഗങ്ങളാക്കി മാറ്റുന്നു. കളിക്കുശേഷം അവരെ തിരികെ മനുഷ്യരൂപത്തിലുമാക്കുന്നുണ്ട് കുമ്മാട്ടി. അങ്ങനെ നായയായി മാറിയ ചിണ്ടൻ മറ്റു നായ്ക്കളുടെ കൂടെ പെട്ടുപോയതിനാൽ തിരികെ മനുഷ്യരൂപത്തിലെത്താനാവുന്നില്ല. വഴിതെറ്റിയ ചിണ്ടൻ നഗരത്തിലെത്തുകയും തിരികെ തന്റെ ഗ്രാമത്തിലെത്തുകയും ചെയ്യുന്നു. ചിണ്ടന്റെ അമ്മ അവനെ തിരിച്ചറിയുകയും അവന്റെ രൂപം തിരിച്ചു ലഭിക്കാൻ നേർച്ചകളും പൂജകളും ചെയ്യുന്നു. എന്താ രൂപം തിരികെ ലഭിക്കാതെ ചിണ്ടൻ തന്റെ നായജീവിതം തുടരുന്നു. ഒരു വർഷത്തിനുശേഷം കുമ്മാട്ടി ഗ്രാമത്തിലേക്ക് തിരിച്ചെത്തി. കുമ്മാട്ടി അവനെ കാണുകയും സ്നേഹത്തോടെ, സങ്കടത്തോടെ 'ചിണ്ടാ ചിണ്ടാ എന്റെ മോനെ...' എന്ന് വിളിച്ച് കെട്ടിപ്പിടിക്കുകയും ചിണ്ടന് തന്റെ സ്വന്തം രൂപം ലഭിക്കുകയും ചെയ്യുന്നു. തിരിച്ച് വീട്ടിലെത്തിയ ചിണ്ടൻ തന്റെ തത്തയെ കൂട്ടിൽ നിന്നും പുറത്തെടുത്ത് ആകാശത്തേക്ക് പറത്തിവിടുന്നു.

ഐതിഹ്യങ്ങളുടെ പൊതുസ്വഭാവങ്ങളായ സന്ദേശം, ഭാവന, ചരിത്രപരമായ സത്യം എന്നിവ ഈ സിനിമ പിന്തുടരുന്നുണ്ട്. സ്വന്തമായുള്ളത്, ഉടമാവകാശമുള്ളത് എന്നർത്ഥം വരുന്ന തനത് സങ്കല്പം കുമ്മാട്ടിയുടെ ആദ്യാവസാനം നമുക്ക് കാണാൻ കഴിയും. യഥാർത്ഥമായ ഒരു കഥാസാഹചര്യത്തിൽ മായാകഥാപാത്രങ്ങൾ കടന്നുവരുന്ന കലാശാഖ എന്ന് വിശേഷിപ്പിക്കപ്പെടുന്ന മാജിക്കൽ റിയലിസം (അത്ഭുതകരമായ റിയലിസം) ഒരുതരത്തിൽ ഐതിഹ്യങ്ങളുടെയും നാടോടിക്കഥകളുടെയും ചട്ടക്കൂട് തന്നെയാണ് സ്വീകരിച്ചിട്ടുള്ളത്. കുമ്മാട്ടിയുടെ ഇതിവൃത്തം പേര് സൂചിപ്പിക്കുന്നത് പോലെ കേരളനാടോടിവാങ്മയപാരമ്പര്യത്തിന്റെ വഴിയാണ് പിന്തുടർന്നിട്ടുള്ളത്. തനതിന്റെ സാന്നിധ്യം സിനിമയുടെ പേര് മുതൽ ഇതിവൃത്തത്തിലേക്കും കടന്നിരിക്കുന്നു.

ഒരു നാടിന്റെ, വിശ്വാസത്തിന്റെ കഥയാണ് കുമ്മാട്ടിയിലേത്. കഥാപാത്രങ്ങളേയും അവരുടെ വ്യക്തിത്വങ്ങളെയും യാതൊരുവിധ കൃത്രിമത്വവും കൂടാതെ സംവിധായകൻ അവതരിപ്പിച്ചിട്ടുണ്ട്. സാധാരണക്കാരന്റെ ചൂടുംചൂരും അവരിലോരോരുത്തരും പേറുന്നു. ചമയങ്ങളുടെ അലങ്കാരങ്ങളില്ലാതെ തനിമയോടെ കഥാപാ

ത്രങ്ങൾ പ്രത്യക്ഷപ്പെടുകയും ജീവിച്ചുകാണിക്കുകയും ചെയ്യുന്നു. എടുത്തുപറയേണ്ടത് മാസ്റ്റർ അശോകനടക്കമുള്ള കുട്ടികളുടെ പ്രകടനമാണ്. ഗ്രാമീണസംസ്കാരജീവിതവുമായി കഥാപാത്രങ്ങൾ ഇഴുകിച്ചേർന്നിരിക്കുന്നത് തനതിന്റെ ജൈവികതയ്ക്ക് ഉദാഹരണമാണ്. വൈദേശികമെന്നോ പുറത്തു നിന്നുള്ളതെന്നോ എന്ന് തോന്നിപ്പിക്കുന്ന യാതൊന്നും കുമ്മാട്ടിയിലില്ല.

കുമ്മാട്ടി നായയാക്കി മാറ്റിയ ചിണ്ടൻ നഗരത്തിലെത്തുകയും അവിടെയൊരു വീട്ടിൽ ചങ്ങലയിലാവുകയും ചെയ്യുന്നുണ്ട്. മുന്തിയ ഇനം നായകളുള്ള ആ വീട്ടിൽ ചിണ്ടൻ മാത്രമാണ് നാടൻ നായ. സുഖമില്ലാതെ കിടക്കുന്ന ചിണ്ടനെ പരിശോധിക്കാൻ എത്തുന്ന മൃഗഡോക്ടർ ഗൃഹനാഥനോട് പറയുന്നുണ്ട്,

"Nothing wrong with this animal. But it is a country one.'

ഇതുകേട്ട ഗൃഹനാഥൻ തന്റെ മകളെ സമാധാനിപ്പിക്കാനെന്നോണം പറയുന്നു,

"Don't worry baby, I will get you nice Pomeranian Pug, throw this away.'

കൂട്ടത്തിൽ നിന്ന് ഒഴിവാക്കപ്പെടുന്ന ചിണ്ടൻ ഒരു പ്രതീകമാണ്. സ്വന്തം അസ്ഥിത്വത്തെ അംഗീകരിക്കാൻ പറ്റാതെ മറ്റൊന്നിന് പിന്നാലെ പോകുന്ന ആധുനികന്റെ സംസ്കാരം ഗൃഹനാഥനിലൂടെ എഴുത്തുകാരനും സംവിധായകനും തുറന്നുകാട്ടുന്നു. നാടോടിവിജ്ഞാനത്തിന്റെ പഠനപ്രസക്തി പ്രകടമാകുന്നത് ഇത്തരം സാഹചര്യങ്ങളിലാണ്. പത്തൊമ്പതാം നൂറ്റാണ്ടിൽ യൂറോപ്പിലുടനീളം വ്യാപിച്ച വ്യവസായികവത്ക്കരണം, നഗരവത്ക്കരണം, സാക്ഷരതാവർദ്ധനവ് എന്നിവ വാങ്മയസംസ്കാരത്തെ നഷ്ടപ്പെടുത്തിയേക്കാമെന്ന ഫോക് ലോറിസ്റ്റുകളുടെ ആശങ്കതന്നെ ഇവിടെ മറ്റൊരു രീതിയിൽ ദൃശ്യവത്ക്കരിച്ചിരിക്കുന്നു. സ്വത്വത്തെ മറക്കുകയും മറ്റൊന്നിനെ സ്വത്വമായി കരുതുകയും ചെയ്യുന്ന പുതിയ അവസ്ഥാന്തരങ്ങളെ സംവിധായകൻ പ്രശ്നവത്ക്കരിച്ചിരിക്കുന്നുണ്ട്.

തനത് നാടകവേദിയുടെ ഉദയവും ഈ രംഗവുമായി ചേർത്ത് വെക്കാവുന്നതാണ്. സ്വന്തം സംസ്കാരപൈതൃകത്തെ സംരക്ഷിക്കുവാനും അവതരിപ്പിക്കുവാനുമുള്ള ശ്രമം കാവാലവും ജി.അരവിന്ദനും കുമ്മാട്ടിയിലൂടെ സാധ്യമാക്കാൻ ശ്രമിക്കുന്നു.

നാട്ടുവൈദ്യത്തെ കുമ്മാട്ടിയിൽ അവതരിപ്പിക്കുന്നുണ്ട്. പനിപിടിച്ചു കിടക്കുന്ന സ്ത്രീയെയും കുമ്മാട്ടിയെയും നാട്ടുവൈദ്യൻ ശുശ്രൂഷിക്കുകയും സുഖപ്പെടുത്തുകയും ചെയ്യുന്നു. പഴമയുടെ നന്മ

യും ഗൃഹാതുരതയും നാട്ടുവൈദ്യത്തിലൂടെ സിനിമ അവതരിപ്പിക്കുന്നു.

ആചാരങ്ങളുടെയും വിശ്വാസങ്ങളുടെയും ആവിഷ്കാരം കുമ്മാട്ടിയിലുണ്ട്. നായജീവിതം നയിക്കുന്ന ചിണ്ടനെ തിരിച്ച് പഴയരൂപത്തിലേക്ക് മാറ്റുവാനായി അമ്മയും അച്ഛനും ചേർന്ന് നേർച്ചയും പൂജയും കഴിപ്പിക്കുന്നതും വിഷ്ണുമൂർത്തി തെയ്യം ഭക്തിപൂർവ്വം നോക്കി നിൽക്കുന്നതും കുമ്മാട്ടിയിൽ കാണാം. ഹിരണ്യകശിപുവിൽ നിന്ന് പ്രഹ്ലാദനെ രക്ഷിക്കാനെത്തുന്ന നരസിംഹത്തിന്റെ ഐതിഹ്യമാണ് വിഷ്ണുമൂർത്തിക്കുള്ളത്. ചിണ്ടനെ ഇപ്പോഴുള്ള സാഹചര്യത്തിൽ നിന്നും ദൈവത്തിനും തങ്ങളുടെ വിശ്വാസങ്ങൾക്കും മാത്രമേ രക്ഷിക്കാൻ സാധിക്കൂ എന്ന് ആ മാതാപിതാക്കൾ കരുതുന്നു. ഗ്രാമീണജീവിതം ഇത്തരം വിശ്വാസങ്ങളിലും ആരാധനകളിലും സംശ്ലേഷണം ചെയ്യപ്പെട്ടവയാണ്. സിനിമയിലെ സംഗീതവും ഗാനങ്ങളും തനതിന്റെ ചിട്ടവഴിക്കുള്ളതാണ്. നാടൻ വാദ്യോപകരണങ്ങളാണ് സംഗീതത്തിന് ഉപയോഗിച്ചിരിക്കുന്നത്. ചെണ്ടമേളവും മണിനാദങ്ങളും രംഗങ്ങൾ താളാത്മകമാക്കുന്നു. നാടൻപാട്ടുകളുടെ തുല്യ ആസ്വാദനപ്രതീതി ഉളവാക്കുന്ന ആറ് ഗാനങ്ങളാണ് കുമ്മാട്ടിക്കുവേണ്ടി കാവാലം രചിച്ചിട്ടുള്ളത്. 'കറുകറക്കാർമുകിൽ', 'മാനത്തേ മച്ചോളം', 'ഓടിയോടിക്കളി ആനന്ദക്കുട്ടികളോ', 'ആരമ്പത്താരമ്പത്താരമ്പത്താരമ്പത്ത്', 'മുത്തശ്ശിക്കഥയിലെ കുമ്മാട്ടി', 'ആണ്ടിയമ്പല മോന്തായത്തുമ്മേല്' തുടങ്ങിയ ഗാനങ്ങൾ പ്രാക്തനത, ആവർത്തന പാദങ്ങൾ, താളാത്മകത, സ്വതസ്ഫുരണം, തനത് ശൈലി, ആത്മനിഷ്ഠത, യുക്തിരാഹിത്യം തുടങ്ങിയ നാടൻ പാട്ടുകളുടെ പ്രത്യേകതകൾ പിന്തുടരുന്നത് കാണാം.

അമേരിക്കൻ സംവിധായകനും ഓസ്കാർ അവാർഡ് ജേതാവുമായ മാർട്ടിൻ സ്കോസെസ് തന്റെ ഇൻസ്റ്റാഗ്രാമിൽ കുമ്മാട്ടിയെക്കുറിച്ച് പങ്കുവെക്കുന്നത് ഇങ്ങനെയാണ്,

'Aravindan's Kummatty is an adaptation of a Central Kerala Folktale featuring a partly mythic and partly real magician called Kummatty. A sweet and engaging story and a visually stunning film, Kummatty is a must see, especially since it has been largely unavailable outside of India until now...'

കുമ്മാട്ടിയുടെ മിത്തും ഐതിഹ്യവും സിനിമയുടെ ചിത്രീകരണ ശൈലിയും തനത് രീതിയിൽ ആവിഷ്കരിച്ചിരിക്കുന്നത് കാലങ്ങൾക്കിപ്പുറവും ഈ സിനിമയുടെ ആവർത്തിച്ചു കാണാനുള്ള മൂ

ല്യം വർധിപ്പിക്കുന്നുണ്ട് എന്ന് നിരീക്ഷിക്കാം. തനത് കലയുടെ എല്ലാവിധ ആട്രിബ്യൂട്ട്സുകളും കുമ്മാട്ടി പാലിക്കുന്നുണ്ട്. കാവാലത്തിന്റെയും ജി. അരവിന്ദന്റെയും സിനിമാവീക്ഷണമാണ് ഇതിനുപിന്നിൽ. അതുകൊണ്ടുതന്നെ മലയാളത്തിലെ ആദ്യ 'തനത് സിനിമ' എന്നുകൂടി കുമ്മാട്ടിയെ വിശേഷിപ്പിക്കാവുന്നതാണ്.

സഹായകഗ്രന്ഥങ്ങൾ, ലിങ്കുകൾ

1. എം. വി വിഷ്ണു നമ്പൂതിരി, ഫോക് ലോർ നിഘണ്ടു, 2010, കേരള ഭാഷ ഇൻസ്റ്റിറ്റ്യൂട്ട്, തിരുവനന്തപുരം

2. രാഘവൻ പയ്യനാട്, ഫോക് ലോർ, 2014, കേരള ഭാഷ ഇൻസ്റ്റിറ്റ്യൂട്ട്, തിരുവനന്തപുരം

3. https://youtu.be/W9dECzwS-oE

4. https://m3db.com/film/kummatti

5. https://www.thecue.in/videos/entertainment/filmy-features/rewind/kummatty-g-aravindan-movie

6. https://www.instagram.com/p/Cf4OTPfORVI/?ighid=YmMyMTA2M2Y-

7. https://www.keralaculture.org/malayalam/Kummattikali/18

○○

14

ജനപ്രിയ സിനിമകളിലെ 'ഫോക്' പ്രതിനിധാനങ്ങൾ; ജയരാജിന്റെ കളിയാട്ടത്തെ മുൻനിർത്തിയുള്ള പഠനം

രഞ്ജിത്ത് വി.

ആധുനിക കലകളിൽ ഏറെ ജനപ്രിയമായ സങ്കേതമാണ് സിനിമ. ജനപ്രിയ കലാരൂപമായ സിനിമ ആസ്വാദകനിൽ സൃഷ്ടിക്കുന്ന സ്വാധീനം അതിശക്തമാണ്. ഒരു പ്രത്യേക ശാഖയായി നിലനിൽക്കുമ്പോൾ തന്നെ ഇതരകലാരൂപങ്ങളെയും കലാമാധ്യമങ്ങളെയും സിനിമ ഉൾക്കൊള്ളുന്നതായി കാണാം. ഇത്തരത്തിൽ സിനിമ ഉൾക്കൊള്ളുന്ന പ്രധാനപ്പെട്ട മേഖലയാണ് ഫോക് ലോർ. സിനിമയുടെ ആഖ്യാനവഴിയിലും പ്രമേയതലത്തിലും ഫോക് അംശങ്ങളെ ധാരാളമായി പ്രയോജനപ്പെടുത്തുന്നുണ്ട്. പരിശീലനത്തിലൂടെയോ സ്മൃതിയിലൂടെയോ സംരക്ഷിച്ചു പോരുന്നതും ഒരാളിൽ നിന്നും മറ്റൊരാളിലേക്ക് കൈമാറുന്നതുമായ ഫോക് പാരമ്പര്യങ്ങൾ സിനിമയുടെ ഭാഗമാവുന്നുണ്ട്. അതോടൊപ്പം തന്നെ കൂട്ടായ്മയായി നിലകൊള്ളുന്ന ജനസമൂഹത്തിന്റെ സാംസ്കാരികപ്രകടനങ്ങളും നാട്ടുകഥ,നാടൻപാട്ട്, കടങ്കഥ, പഴഞ്ചൊല്ല് തുടങ്ങിയ നാട്ടറിവുകൾ, നാട്ടുവിശ്വാസങ്ങൾ, കൈവേലവഴക്കങ്ങൾ, പാരമ്പര്യ ഭക്ഷണ-വസ്ത്രശീലങ്ങൾ, കലാരൂപങ്ങൾ, നിർമ്മിതികൾ തുടങ്ങിയ ഫോക് ഘടകങ്ങളെയും സിനിമ വിവിധങ്ങളായ തോതിൽ ഉൾക്കൊള്ളുന്നതായി കാണാം.

മലയാളസിനിമയുടെ ചരിത്രം പരിശോധിക്കുമ്പോൾ ഫോക് ഘടകങ്ങളെ പ്രതിനിധാനം ചെയ്യുന്ന ധാരാളം സിനിമകൾ കണ്ടെത്താൻ സാധിക്കും. പ്രിയനന്ദന്റെ പുലിജന്മം, അരവിന്ദന്റെ കുമ്മാട്ടി, എം.ജി ശശിയുടെ അടയാളങ്ങൾ, മോഹനന്റെ ഗ്രാമം, ചന്ദ്രൻ

നരിക്കോടിന്റെ പാതി, സജീവ് കിളിക്കുലത്തിന്റെ തിറയാട്ടം, എം.ടി അന്നൂരിന്റെ കാൽച്ചിലമ്പ് തുടങ്ങിയ സിനിമകൾ അനുഷ്ഠാനകലകളെ മാത്രം ആസ്പദമാക്കി രൂപമെടുത്തിട്ടുള്ളതാണ്. ഒരു വടക്കൻ വീരഗാഥ, കടത്തനാടൻ അമ്പാടി, തച്ചോളി അമ്പു, പുത്തൂരം പുത്രി ഉണ്ണിയാർച്ച തുടങ്ങിയ സിനിമകൾ വടക്കൻപാട്ടുകളെ ആസ്പദമാക്കി നിർമ്മിച്ചിട്ടുള്ളതാണ്. ഇപ്രകാരം ഫോക്ലോറിന്റെ വിവിധ മേഖലകളെ ഉൾക്കൊള്ളുന്ന ഒട്ടനവധി ചലച്ചിത്രങ്ങൾ മലയാളസിനിമാചരിത്രത്തിൽ കണ്ടെത്താനാവും.

ഫോക് പാരമ്പര്യത്തെയും നിർമ്മിതിയേയും മലയാളസിനിമ വിവിധ തലങ്ങളിൽ ഉൾക്കൊള്ളുന്നുണ്ട്. സിനിമയുടെ പ്രമേയം, ആഖ്യാനം, സൗന്ദര്യാത്മകതലം തുടങ്ങിയ മേഖലകളിലാണ് ഫോക് അംശങ്ങളെ പ്രധാനമായും ആശ്രയിക്കുന്നത്. ജനപ്രിയസിനിമകളിലെ ഫോക് പ്രതിനിധാനത്തിന്റെ സ്വഭാവം പരിശോധിക്കുമ്പോൾ മൂന്നു തരത്തിലുള്ള പ്രതിനിധാനങ്ങൾ ജനപ്രിയസിനിമകളിൽ കണ്ടെത്താൻ സാധിക്കും.

1) യഥാർത്ഥ പ്രതിനിധാനങ്ങൾ

കഥാഗതിക്ക് അനുസരിച്ച് സിനിമയിൽ ഒഴിച്ചുകൂടാനാവാത്ത അത്യന്താപേക്ഷിതമായതും സമൂഹത്തിൽ നിലനിൽക്കുന്ന രീതിയിൽ തന്നെ അവതരിപ്പിക്കുന്നതുമായ പ്രതിനിധാനങ്ങളാണ് യഥാർത്ഥ പ്രതിനിധാനങ്ങൾ. ഇത്തരം സിനിമയുടെ പ്രമേയതലത്തെയോ കഥാഗതിയെയോ നിർണയിക്കുന്നത് ഫോക് അംശങ്ങളായിരിക്കും. പുലിജന്മം, കുമ്മാട്ടി, ചന്ദ്രേട്ടൻ എവിടെയാ തുടങ്ങിയ സിനിമകൾ ഫോക് സംസ്കാരത്തെ യഥാതഥമായ രീതിയിൽ അവതരിപ്പിക്കുന്നുണ്ട്. അതിനാൽ തന്നെ ഈ സിനിമകൾ യഥാർത്ഥ പ്രതിനിധാനങ്ങൾക്ക് ഉദാഹരമായി പറയാവുന്നതാണ്.

2) വ്യാജ/ വികല പ്രതിനിധാനങ്ങൾ

യഥാർത്ഥത്തിലുള്ള ഫോക് ഘടകങ്ങളെ പ്രതിനിധാനം ചെയ്യുന്നതിന് പകരം വികല രൂപത്തിലുള്ളതോ തെറ്റായതോ ആയ പ്രതിനിധാനങ്ങളാണ് ഈ വിഭാഗത്തിൽ ഉൾപ്പെടുന്നത്. നാട്ടുവൈദ്യത്തെയും ആചാരങ്ങളെയും വിശ്വാസങ്ങളെയും കളിയാക്കുന്ന ധാരാളം ചലചിത്ര സന്ദർഭങ്ങൾ മലയാള സിനിമക്കകത്തുണ്ട്.

3) അപ്രധാന പ്രതിനിധാനങ്ങൾ

സിനിമയുടെ കഥാഗതിയെയോ പ്രമേയത്തെയോ കാര്യമായി സ്വാധീനിക്കാതിരിക്കുന്ന പ്രതിനിധാനങ്ങളാണ് അപ്രധാന പ്രതിനിധാനങ്ങൾ. അപ്രധാനകഥാവസ്തുക്കളായും പാട്ടുകൾ, ദൃശ്യ

ഭംഗിയെ മനോഹരമാക്കുന്ന രംഗങ്ങൾ തുടങ്ങിയ നിരവധി മേഖലകളിൽ അപ്രധാന ഫോക് പ്രതിനിധാനങ്ങൾ സിനിമയിൽ കടന്നുവരുന്നുണ്ട്. അയ്യപ്പനും കോശിയുമെന്ന സിനിമയിലെ നഞ്ചിയമ്മ ആലപിച്ച ഗാനവും (കെലക്കാത്തെ സന്ദനമരം വെഗവെഗാ പൂത്തിറുക്ക് പൂപറിക്കാൻ പോകിലാമ്മ.....) മീശമാധവൻ സിനിമയിലെ ടൈറ്റിൽ സോങ്(ഏലവത്തൂർ കായലിന്റെ....), അജഗജാന്തരം(എള്ളുള്ളേരി എള്ളുള്ളേരി....) , കടുവ(പാറാപ്പള്ളി തിരുപ്പള്ളി....) തുടങ്ങിയ സിനിമകളിൽ പ്രത്യക്ഷപ്പെടുന്ന നാടൻ പാട്ടുകൾ/നാടൻ പാട്ടുകളുടെ താളം ഉൾക്കൊള്ളുന്ന ഗാനങ്ങൾ തുടങ്ങിയവ അപ്രധാന പ്രതിനിധാനങ്ങൾക്ക് ഉദാഹരണമായി പരിഗണിക്കാവുന്നതാണ്. കുഞ്ചാക്കോ ബോബൻ നായകനായ ജമ്നാപ്യാരി എന്ന സിനിമയിൽ തെയ്യക്കോലത്തോടൊപ്പം സൈക്കിളിൽ സഞ്ചരിക്കുന്ന നായക കഥാപാത്രത്തെ കാണാം. ഈയൊരു രംഗം സിനിമയിലില്ലെങ്കിലും സിനിമയ്ക്ക് കാര്യമായ മാറ്റങ്ങൾ ഒന്നും തന്നെ ഉണ്ടാവില്ല. ആയതിനാൽ തന്നെ ഇത്തരം പ്രതിനിധാനങ്ങൾ അപ്രധാന പ്രതിനിധാനങ്ങൾക്ക് ഉദാഹരണങ്ങളാണ്.

ഫോക് പ്രതിനിധാനങ്ങൾ ജയരാജിന്റെ സിനിമകളിൽ

ജയരാജിന്റെ ഒട്ടുമിക്ക സിനിമകളും ഫോക് ഘടകങ്ങളെ വിവിധ തലങ്ങളിൽ ആവിഷ്കരിക്കുന്നതായി കാണാം. കളിയാട്ടം, കണ്ണകി, വീരം തുടങ്ങിയ ജനപ്രിയ സിനിമകളിൽ ഗൗരവകരമായ ഫോക് പ്രതിനിധാനങ്ങളെ കണ്ടെത്താൻ സാധിക്കും. ഷേക്സ്പിയറിന്റെ ആൻറണി ആൻഡ് ക്ലിയോപാട്ര എന്ന നാടകത്തിന്റെ സ്വതന്ത്ര ദൃശ്യാവിഷ്കാരമായ കണ്ണകിയുടെ കഥാപാശ്ചാത്തലം കരിമ്പന കാടുകൾ നിറഞ്ഞുനിൽക്കുന്ന പാലക്കാടാണ്. കോഴിപ്പോര് എന്ന വിനോദമത്സരത്തെ മുൻനിർത്തിയാണ് സിനിമയുടെ കഥാഗതി മുന്നോട്ടുപോകുന്നത്. ബദ്ധശത്രുക്കളായ ചോമയും കൗണ്ടറും ചോമയുടെ സഹായിയായ മാണിക്യൻ, ചോമയും കൗണ്ടറും ഒരുപോലെ സ്വന്തമാക്കാൻ ആഗ്രഹിക്കുന്ന കണ്ണകി എന്നിവരിലൂടെയാണ് സിനിമയുടെ കഥാഗതി പുരോഗമിക്കുന്നത്. ദുർമന്ത്രവാദത്തിന് ദുഷ്പേരുള്ള കണ്ണകിയുമായി ബന്ധപ്പെട്ട് നിൽക്കുന്ന നീഗൂഢലോകവും കോഴിപ്പോര് എന്ന ഫോക് വിനോദവും സിനിമയിൽ നിറഞ്ഞുനിൽക്കുന്നു. കാവുതീണ്ടൽ, നാഗാരാധന, മുഖലക്ഷണം, ദുർമന്ത്രവാദം തുടങ്ങിയ നിരവധി ഫോക് ഘടകങ്ങളെ സിനിമയിൽ സംവിധായകൻ സന്നിവേശിപ്പിച്ചിട്ടുണ്ട്.

വടക്കൻപാട്ടിൽ നിന്ന് ഊർജ്ജം ഉൾക്കൊണ്ടുകൊണ്ട് തയ്യാറാ

ക്കിയ ചിത്രമാണ് വീരം. വടക്കൻ പാട്ടുകളിൽ നിറഞ്ഞുനിൽക്കുന്ന ചന്തു ചേകവരുടെ ജീവിതമാണ് സിനിമയുടെ പ്രമേയം. പുത്തൂരം തറവാടും അരിങ്ങോടൻ തറവാടും തമ്മിൽ നടന്ന ആൾ പോരിൽ വിജയശ്രീലാളിതനായി തിരിച്ചുവരുന്ന ആരോമൽ ചേകവരെ വഴിയമ്പലത്തിൽ വച്ച് കുത്തുവിളക്കിനാൽ ചന്തു കൊല ചെയ്യുന്നതും അതിന് പ്രതികാരമായി ഉണ്ണിയാർച്ചയുടെ മകൻ ആരോമലുണ്ണിയും ആരോമൽ ചേകവരുടെ മകൻ കണ്ണപ്പനുണ്ണിയും മച്ചുനൻ ചന്തുവിനെ നിഗ്രഹിക്കുന്നതുമായ വടക്കൻ പാട്ടിലെ കഥാവസ്തുവിനെയാണ് സിനിമയിൽ സംവിധായകൻ സന്നിവേശിപ്പിച്ചിരിക്കുന്നത്. ഫോക് അംശത്തെ കഥാവസ്തു എന്ന നിലയിലാണ് വീരം സിനിമ ഉപയോഗിച്ചിരിക്കുന്നത്. വടക്കൻപാട്ടുകളോടൊപ്പം തന്നെ തെയ്യം, സർപ്പപ്പാട്ട് തുടങ്ങിയ ഫോക് ഘടകങ്ങളെയും സിനിമ പ്രതിനിധാനം ചെയ്യുന്നുണ്ട്.

കണ്ണകിയിലെ 'ഫോക്' പ്രതിനിധാനങ്ങൾ

ജയരാജിന്റെ സിനിമകളിൽ ഫോക് ഘടകങ്ങൾ ഏറെ നിറഞ്ഞുനിൽക്കുന്ന ചിത്രമാണ് കളിയാട്ടം. ഷേക്സ്പിയറിന്റെ ഒഥല്ലോ നാടകത്തിന്റെ അനുരൂപണമാണ് ഈ ചിത്രം. മൂർവംശജനായ വെനീസ് സൈനിക ഉദ്യോഗസ്ഥനായ ഒഥല്ലോ, ഡെസ്ഡിമോണയെ വിവാഹം കഴിക്കുന്നതും അതിൽ അപ്രീതി തോന്നിയ കീഴ്ജീവനക്കാരനായ ഇയാഗോ ഒഥല്ലോയെ ഇല്ലായ്മ ചെയ്യാൻ മുന്നിട്ടിറങ്ങുന്നതുമാണ് ഒഥല്ലോയുടെ ഇതിവൃത്തം. ഈ കഥാവസ്തുവിനെ കേരളീയ അന്തരീക്ഷത്തിലേക്ക് പറിച്ചു നടുകയാണ് കളിയാട്ടത്തിലൂടെ ജയരാജ് ചെയ്യുന്നത്. കേരളീയർക്ക് അത്ര സുപരിചിതമല്ലാത്ത സൈനിക ജോലിക്ക് പകരം കേരളത്തിന്റെ സാംസ്കാരിക അവസ്ഥയോട് താദാത്മ്യം വഹിക്കുന്ന തെയ്യം കലാകാരനായിട്ടാണ് കളിയാട്ടത്തിലെ നായകകഥാപാത്രമായ കണ്ണൻ പെരുമലയൻ എന്ന കഥാപാത്രത്തെ ജയരാജ് സൃഷ്ടിച്ചിരിക്കുന്നത്. സിനിമയുടെ പേര് തന്നെ വലിയൊരു ഫോക് സ്വത്വത്തെ പ്രതിനിധാനം ചെയ്യുന്നുണ്ട്. ഉത്തരകേരളത്തിലെ തെയ്യക്കാലത്തെയും തെയ്യാനുഭവങ്ങളെയും പ്രതിനിധീകരിക്കുകയാണ് കളിയാട്ടം എന്ന പേര് ചെയ്യുന്നത്. തെയ്യം കലാകാരനായ കണ്ണൻ പെരുമലയന്റെ ജീവിതവുമായി ഏറെ ബന്ധപ്പെട്ട് നിൽക്കുന്ന ഒന്നാണ് കളിയാട്ടം. കളിയാട്ടക്കാലത്ത് ഗ്രാമഗ്രാമാന്തരങ്ങളിൽ നിറഞ്ഞുനിൽക്കുന്ന ഫോക് സംസ്കാരത്തിന്റെ ഭാഗമായി വരുന്ന അനുഷ്ഠാനകലകളിൽ ഒന്നായ തെയ്യം സിനിമയിലുടനീളം പ്രത്യക്ഷപ്പെടുന്നുണ്ട്.

ഫോക് പ്രതിനിധാനങ്ങളെ കളിയാട്ടം എന്ന സിനിമ മൂന്നു തരത്തിൽ ഉൾക്കൊള്ളുന്നതായി കാണാം.

1) കഥാവസ്തു

തെയ്യം കലയിൽ പേരും പ്രശസ്തിയുമാർജിച്ച കണ്ണൻ പെരുമലയന്റെയും തമ്പുരാന്റെ പുത്രിയും പെരുമലയന്റെ ഭാര്യയുമായ താമരയുടെയും ജീവിതമാണ് സിനിമയിലൂടെ അവതരിപ്പിക്കപ്പെടുന്നത്. തമ്പുരാന്റെ അനുവാദമില്ലാതെ താമരയെ കണ്ണൻ പെരുമലയൻ സ്വന്തമാക്കുന്നതോടെയാണ് സിനിമ ആരംഭിക്കുന്നത്. തീ ചാമുണ്ഡിയുടെ മുഖത്തെഴുത്ത് അണിഞ്ഞുനിൽക്കുന്ന കണ്ണൻ പെരുമലയനെയും കോമാളി കോലം കെട്ടിയാടുന്ന പനിയനേയും സിനിമയുടെ ആദ്യഭാഗത്ത് തന്നെ കാണാം. മേലരിക്ക് ചുറ്റും കോമാളിയായി ഓടിനടക്കുന്ന പനിയൻ തെയ്യക്കോലത്തിൽ മാത്രമല്ല ജീവിതത്തിലും ഒന്നുമാവാൻ പറ്റാതെ പോയ വ്യക്തിയാണെന്ന് സിനിമയിലെ ആദ്യ സന്ദർഭം തന്നെ ഓർമ്മിപ്പിക്കുന്നു. ഏകരാജ്യത്തിലെ തെയ്യക്കോലങ്ങൾ കെട്ടിയാടാനുള്ള പനിയന്റെ അവസരം കാന്തനിൽ ചാർത്തപ്പെട്ടതോടുകൂടി കണ്ണൻ പെരുമലയനോട് പനിയന് അടക്കാനാവാത്ത ദേഷ്യം തോന്നുകയും ഏതു വിധേനയും കാന്തനെയും പെരുമലയനെയും ഇല്ലായ്മ ചെയ്യാനുള്ള നിഗൂഢപദ്ധതികൾ ആവിഷ്കരിക്കുകയും ചെയ്യുന്നു. താമരയെ സ്വന്തമാക്കണമെന്ന് ആഗ്രഹിക്കുന്ന, പ്രേമം തലയ്ക്കു പിടിച്ച ചെറിയതമ്പുരാന്റെ സഹായം കൂടിയാകുമ്പോൾ പനിയന്റെ ശ്രമങ്ങൾ ഊർജിതമാകുന്നു.

തലമുറകളായി കൈമാറി വരുന്ന സവിശേഷമായ പട്ട് കണ്ണൻ പെരുമലയൻ ഭാര്യയായ താമരക്ക് വിവാഹശേഷം കൈമാറുന്നുണ്ട്. വിശ്വാസത്തിന്റെയും ചാരിത്ര്യത്തിന്റെയും ഐശ്വര്യത്തിന്റെയും പ്രതീകമായിട്ടാണ് സിനിമയിൽ പട്ട് പ്രത്യക്ഷപ്പെടുന്നത്. പട്ട് കൈമാറ്റം ചെയ്യപ്പെട്ടാൽ/ നഷ്ടപ്പെട്ടാൽ തങ്ങളുടെ ദാമ്പത്യം തന്നെ ഇല്ലാതായി പോകുമെന്ന് പെരുമലയൻ താമരയെ ഓർമ്മപ്പെടുത്തുന്നുണ്ട്. ഇത്തരത്തിൽ പട്ടിന് ഒരു വിശ്വാസമാനം സിനിമയിൽ കൈവരുന്നു. താമരയുടെ ചാരിത്ര്യത്തെ സംശയത്തിന്റെ മുൾമുനയിൽ നിർത്താനും ആ കുറ്റം കാന്തനിൽ ആരോപിക്കാനും പനിയൻ ആ പട്ടുവസ്ത്രത്തെയാണ് ഉപയോഗപ്പെടുത്തുന്നത്. കാന്തനും താമരയും തമ്മിൽ അവിഹിതമായ ബന്ധം നിലനിൽക്കുന്നുണ്ടെന്ന് പെരുമലയനെ ബോധിപ്പിക്കാൻ പനിയന് ഇതിലൂടെ സാധിക്കുന്നു. തന്റെ ഭാര്യയായ ചീർമയിലൂടെ മോഷ്ടി

ക്കപ്പെടുന്ന ആ പട്ടുവസ്ത്രം കാന്തന്റെ അരയിൽ തിരുകി താമര യുടെ നേർക്കുള്ള തന്റെ ആരോപണങ്ങൾക്ക് പനിയൻ ശക്തി പ കരുന്നു. പട്ടുവസ്ത്രം നഷ്ടപ്പെട്ടതും പനിയന്റെ ചതി വാക്കുകളു മാണ് താമരയെ കൊല ചെയ്യാൻ പെരുമലയനെ പ്രേരിപ്പിക്കുന്ന ത്. സിനിമയുടെ അവസാനത്തിലാണ് ഇതെല്ലാം പനിയന്റെ കു തന്ത്രങ്ങളായിരുന്നുവെന്ന് പെരുമലയൻ തിരിച്ചറിയുന്നത്.

തെയ്യത്തിൽ തുടങ്ങി തെയ്യത്തിൽ അവസാനിക്കുന്ന സിനിമ യാണ് കളിയാട്ടം. സിനിമയുടെ ആദ്യ രംഗം തന്നെ ചെണ്ടമേള ത്തിന്റെ അകമ്പടിയോടെയാണ് രൂപപ്പെടുത്തിയിട്ടുള്ളത്. പിന്നീട് സിനിമയിലുടനീളം വിവിധങ്ങളായ തെയ്യക്കോലങ്ങൾ നിറഞ്ഞു നിൽക്കുന്നു. ഏക രാജ്യത്തെ കാവുകൾക്ക് അധിപനായ പെരുമല യന്റെ ജീവിതം അവതരിപ്പിക്കുന്നതിനായി തെയ്യവുമായി ബന്ധ പ്പെട്ട അനുഷ്ഠാനങ്ങളെയും വിശ്വാസങ്ങളെയും ചടങ്ങുകളെയും സിനിമ ഉപയോഗിക്കുന്നു. തെയ്യത്തിന്റെ പ്രതിനിധാനം കൂടാതെ വിവിധങ്ങളായ ഫോക് അംശങ്ങൾ സിനിമയിൽ കണ്ടെത്താവുന്ന താണ്. താമരയെ സ്വന്തമാക്കി വീട്ടിലേക്ക് തിരിച്ചെത്തുന്ന പെരുമ ലയനെ സ്വീകരിക്കുന്ന ഉടുപേലമ്മ താമരയ്ക്ക് കണ്ണുതട്ടാതിരിക്കാൻ കരികൊണ്ട് അവളുടെ മുഖത്ത് പൊട്ടു തൊടാൻ പെരുമലയനോ ട് ആവശ്യപ്പെടുന്നുണ്ട്. കണ്ണേറിനെ സംബന്ധിച്ച വിശ്വാസമാണ് ഉടുപേലമ്മയുടെ വാക്കുകളിൽ കാണാൻ സാധിക്കുക. ഇത്തരത്തിൽ നിരവധിയായ ഫോക് വിശ്വാസങ്ങൾ കളിയാട്ടത്തിൽ കടന്നുവരു ന്നുണ്ട്.

2) വ്യക്തിസംഘർഷം

നായിക കഥാപാത്രമായ പെരുമലയൻ കെട്ടിയാടുന്നത് തെയ്യ ങ്ങളിൽ മുന്തിയ സ്ഥാനം കൽപ്പിക്കപ്പെടുന്ന വിഷ്ണുമൂർത്തി/ തീ ചാമുണ്ഡിയാണ്. എന്നാൽ പ്രതിനായകനായ പനിയന് കെട്ടിയാ ടേണ്ടിവരുന്നത് പേരു പോലുമില്ലാത്ത കോമാളി കോലമാണ്. പേ രില്ലാ തെയ്യം പോലും പേരില്ലാതെയ്യം എന്നറിയപ്പെടുമ്പോൾ യാ തൊരു സ്വത്വവുമില്ലാതെ സ്വന്തം പേരിൽ അറിയപ്പെടുന്ന കോമാ ളി കോലം കെട്ടിയാടുന്ന പനിയന്റെ മാനസികമായ അവസ്ഥകൾ ഫലപ്രദമായി സംവേദനം ചെയ്യാൻ മേലരിക്ക് കാവലിരിക്കാൻ വിധിക്കപ്പെട്ട കോമാളി കോലത്തിലൂടെ സാധിക്കുന്നുണ്ട്.

അതോടൊപ്പം തന്നെ നായകന്റെ വ്യക്തി സംഘർഷങ്ങൾ അ വതരിപ്പിക്കുന്നതിന് വേണ്ടിയും തെയ്യക്കോലങ്ങളെ സിനിമ പ്ര യോജനപ്പെടുത്തുന്നുണ്ട്. പനിയന്റെ കുശാഗ്ര ബുദ്ധിയാൽ ഭാര്യ

യുടെ ചാരിത്ര്യത്തെ സംശയിക്കുന്ന പെരുമലയന്റെ അവസ്ഥ ചിത്രീകരിക്കുന്നതിനായി പൊട്ടൻ തെയ്യത്തെയാണ് ഉപയോഗപ്പെടുത്തുന്നത്. പാറയുടെ മുകളിൽ നിന്ന് താഴേക്ക് എടുത്തു ചാടുന്ന തെയ്യക്കോലം മുഖംമൂടിയും കാൽചിലമ്പും വേർപെട്ട് നിലത്ത് വീഴുന്നത് കാണാം. നായകൻ അനുഭവിക്കുന്ന അന്തസംഘർഷത്തിന്റെ തോത് ഈ രംഗം വ്യക്തമാക്കുന്നു. സുഹൃത്തിന്റെ ഉപജാപവാക്കുകൾ വിശ്വസിച്ച് ഭാര്യയുടെ ചാരിത്ര്യം കൈമോശം വന്നുപോയെന്ന് പെരുമലയന് തോന്നിത്തുടങ്ങിയ ഘട്ടത്തിൽ അയാൾ വലിയ രീതിയിലുള്ള മാനസിക സംഘർഷങ്ങൾ അനുഭവിക്കുന്നുണ്ട്. ആ മാനസികാവസ്ഥയെ വിവിധങ്ങളായ തെയ്യക്കോലങ്ങളിലൂടെയാണ് അവതരിപ്പിക്കുന്നത്. പുതിയ ഭഗവതി, പുലിക്കണ്ടൻ, ഇരട്ടക്കുട്ടി ചാത്തൻ, ഗുളികൻ, ബാലി, വിഷ്ണുമൂർത്തി, കതിവന്നൂർ വീരൻ തുടങ്ങിയ നിരവധിയായ തെയ്യക്കോലങ്ങൾ മലയനു മുന്നിൽ പ്രത്യക്ഷപ്പെടുകയും അയാളുടെ ഭ്രാന്തമായ ജീവിതാവസ്ഥയെ പ്രതിനിധീകരിക്കുകയും ചെയ്യുന്നു.

3) സൗന്ദര്യാത്മകതലം

വികാരഭരിതമായ സന്ദർഭങ്ങളെ വിനിമയം ചെയ്യുന്നതിന് തെയ്യവുമായി ബന്ധപ്പെട്ട് നിൽക്കുന്ന ചെണ്ടയുടെയും അനുബന്ധവാദ്യങ്ങളുടെയും താളത്തെ പശ്ചാത്തല സംഗീതം എന്ന നിലയിൽ സിനിമയിൽ പലയിടത്തും ഉപയോഗിച്ചിട്ടുണ്ട്. കഥാപാത്രത്തിന്റെ വികാരങ്ങൾ പ്രതിഫലിപ്പിക്കുന്നതിന് ഈ പശ്ചാത്തല സംഗീതം ഏറെ അനുയോജ്യമായിത്തീരുന്നു. കണ്ണൻ പെരുമലയൻ താമരയിൽ വിശ്വസിച്ച് ഏൽപ്പിച്ച പട്ട് നഷ്ടപ്പെട്ടത് താമര തിരിച്ചറിയുന്ന രംഗം, ഭാര്യയുടെ ചാരിത്ര്യത്തെ സംബന്ധിച്ച് പനിയന്റെ വാക്കുകൾ കേൾക്കുമ്പോൾ ഉണ്ടാകുന്ന മാനസികവിഷമം തുടങ്ങി നിരവധി സന്ദർഭങ്ങളിൽ ഈ പശ്ചാത്തല സംഗീതം മുഴങ്ങിക്കേൾക്കാം.

സിനിമയിൽ പ്രത്യക്ഷപ്പെടുന്ന ഗാനങ്ങൾ ഫോക് അറിവുകളുടെ കലവറയാണ്. 'ഏഴിമലയോളം മേലേക്ക്' എന്ന് തുടങ്ങുന്ന ഗാനത്തിനകത്ത് കോലത്ത് നാട്ടിന്റെ തെയ്യ സംസ്കാരത്തെയും വാമൊഴിവഴക്കത്തിലൂടെ പാരമ്പര്യമായി കൈമാറിവരുന്ന നാട്ടറിവുകളെയുമാണ് അവതരിപ്പിച്ചിരിക്കുന്നത്. തോറ്റം പാട്ടിന്റെ അകമ്പടിയോടെയാണ് ഏഴിമലയോളം മേലേക്ക് എന്ന ഗാനം ആരംഭിക്കുന്നത്. ഗാനം എന്ന നിലയിൽ മാത്രമല്ല ഗാനത്തിന്റെ ദൃശ്യാവിഷ്കാരം എന്ന നിലയിലും ഫോക് അംശങ്ങളെ ഈ ഗാനം ഉപ

യോഗപ്പെടുത്തിയതായി കാണാം. തെയ്യവും ചെണ്ടമേളവും ഈ ഗാനരംഗത്ത് നിറഞ്ഞുനിൽക്കുന്നു. 'കതിവന്നൂർ വീരനെ നോമ്പു നോറ്റിരുന്നു' എന്ന ഗാനവും ധാരാളം ഫോക് അറിവുകളെ വിനിമയം ചെയ്യുന്നുണ്ട്. കതിവന്നൂർ വീരൻ എന്ന തെയ്യത്തിന്റെ പുരാവൃത്തവും വിശ്വാസങ്ങളുമാണ് ഈ ഗാനത്തിനകത്ത് വിശകലനം ചെയ്യുന്നത്. ഈ ഗാനത്തിന്റെ ആദ്യാവസാനം കതിവന്നൂർ വീരൻ രംഗത്ത് പ്രത്യക്ഷപ്പെടുന്നുണ്ട്. ഗാനത്തിന്റെ ചില സന്ദർഭങ്ങളിൽ ചെണ്ടമേളത്തോടൊപ്പം കതിവന്നൂർ വീരന്റെ തോറ്റംപാട്ടും മുഴങ്ങി കേൾക്കാം. നിറഞ്ഞുകത്തുന്ന പന്തങ്ങളും തോറ്റംപാട്ടിന്റെ ഉയർച്ച താഴ്ചകൾക്കനുസരിച്ച് ചെണ്ടമേളം നടത്തുന്ന കലാകാരന്മാരും തെയ്യത്തെ ഒരു നോക്ക് കാണാനായി തടിച്ചുകൂടിയ ആൾക്കൂട്ടവും ഈ ഗാനത്തിന് സവിശേഷമായ ദൃശ്യഭംഗി പ്രദാനം ചെയ്യുന്നതായി കാണാം. ഇത്തരത്തിൽ ഗാനങ്ങളിലൂടെ ധാരാളം ഫോക് ഘടകങ്ങളെ സിനിമയിൽ സന്നിവേശിപ്പിക്കുന്നതിന് സംവിധായകൻ ശ്രമിച്ചിട്ടുണ്. അതോടൊപ്പം തന്നെ സിനിമയുടെ ദൃശ്യഭംഗി വർദ്ധിപ്പിക്കുന്നതിന് തെയ്യക്കോലങ്ങളെയും കൊടിതോരണങ്ങളെയും മേലരി, തെയ്യവുമായി ബന്ധപ്പെട്ട ചടങ്ങുകൾ, കളിയാട്ട കാലത്തിൻറ ആരവങ്ങൾ തുടങ്ങിയ പ്രതിനിധാനങ്ങളെയും സിനിമയിൽ ഉപയോഗിച്ചിട്ടുണ്ട്.

കളിയാട്ടം എന്ന സിനിമയുടെ മർമ്മമായി നിലകൊള്ളുന്നത് തെയ്യം എന്ന അനുഷ്ഠാന കലാരൂപമാണ്. തെയ്യം കലയിൽ പേരും പ്രശസ്തിയുമാർജിച്ച കണ്ണൻ പെരുമലയന്റെ ജീവിതം അവതരിപ്പിക്കുന്നതിനായി ഒരു കളിയാട്ടകാലത്തെ പുന:സൃഷ്ടിക്കുകയാണ് സംവിധായകൻ ചെയ്യുന്നത്. തെയ്യത്തിനു പുറമേ ധാരാളം ഫോക് പ്രതിനിധാനങ്ങൾ കൊണ്ട് സമ്പന്നമാണ് കളിയാട്ടം.

സഹായക ഗ്രന്ഥങ്ങൾ

1) എം. വി. വിഷ്ണു നമ്പൂതിരി, ഫോക് ലോർ നിഘണ്ടു, 2010, കേരള ഭാഷ ഇൻസ്റ്റിറ്റ്യൂട്ട്, തിരുവനന്തപുരം

2) രാഘവൻ പയ്യനാട്, ഫോക് ലോർ, 2014,കേരള ഭാഷ ഇൻസ്റ്റിറ്റ്യൂട്ട്, തിരുവനന്തപുരം

3) https://youtu.be/8VKAh F-Mo4M

4) https://youtu.be/zX1sLDC_bqg

5) https://youtu.be/2NozzJAkUts

15

കുഞ്ഞുണ്ണിക്കവിതകളും ഫോക്‌ലോർ സങ്കല്പവും

സിബി മോഹനൻ

ഫോക്‌ലോർ സമൂഹമനസ്സിന്റെ പ്രതിഫലനമാണ്. കൂട്ടായ്മയെ കുറിച്ചുള്ള പഠനമാണത്. ഏത് സംസ്കൃതിയിലും സമൂഹജീവിതത്തിന്റെ ഭാഗമായി, സാംസ്കാരിക ഘടകങ്ങൾ എന്ന് വിളിക്കാവുന്ന ഫോക് ലോർ രൂപങ്ങൾ നിലനിൽക്കുന്നു. ഓരോ ഫോക് ലോർ രൂപങ്ങളും ഭൂതകാലത്തിന്റെ പ്രതിധ്വനിയാണ്. അതേസമയം അത് വർത്തമാനകാലത്തിന്റെ ശക്തമായ ധ്വനിയുമാണ്. നാടൻപാട്ട്, പഴഞ്ചൊല്ലുകൾ, കടങ്കഥകൾ, ശൈലികൾ, നാടോടിക്കഥകൾ ഇവയിലൂടെ എല്ലാം നാം കൂട്ടായ്മയെക്കുറിച്ച്, സാമൂഹ്യ ജീവിതത്തെക്കുറിച്ച് മനസ്സിലാക്കുന്നു. വളരെ ലളിതമായി ചുരുങ്ങിയ വാക്കുകളിലും അർത്ഥവത്തായ കാര്യങ്ങൾ ഉപദേശമായും മറ്റും സാഹിത്യലോകത്തിന് പകർന്നുതന്ന കവിയാണ് കുഞ്ഞുണ്ണി മാഷ്. ഇദ്ദേഹത്തിന്റെ കവിതകളിൽ ഈ ഫോക് ലോർ രൂപങ്ങൾക്ക് എത്രമാത്രം സ്വാധീനമുണ്ട് എന്ന് പരിശോധിക്കാം.

കേരളീയ സംസ്കൃതിയിൽ വേരുകൾ ആഴ്ത്തിയ കാവ്യ പാരമ്പര്യമാണ് കുഞ്ഞുണ്ണിക്കവിതകളുടേത്. ലളിതവും സൗമ്യവും ജനകീയവുമായി ഈ കവിതാലോകം മാറാൻ കാരണം അതിന്റെ നാടോടിത്തനിമ കൊണ്ടാണ്. 'ചിരിയും ചിന്തയും വിരുദ്ധോക്തികളും അസംബന്ധതയുമൊക്കെ ചടുലനടനം നടത്തുന്ന കുഞ്ഞുണ്ണിക്കവിതയ്ക്ക് അതിരുകളില്ലാത്ത വിനിമയസാധ്യത നൽകിയത് നാടോടിസാഹിത്യ പാരമ്പര്യമാണ്.' (ഫോക് ലോറിന്റെ സൗന്ദര്യശാസ്ത്രം, ഡോ.സോമൻ കടലൂർ). നാടൻ പാട്ടുകൾ, നാടോടിക്കഥകൾ, കടങ്കഥകൾ, പഴഞ്ചൊല്ലുകൾ തുടങ്ങി സാഹിത്യത്തി

ന്റെ വിവിധ ആവിഷ്കൃതരൂപങ്ങൾ കുഞ്ഞുണ്ണി മാഷിനെ സ്വാധീനിച്ചതായി കാണാം. പഴഞ്ചൊല്ലിന്റെ ദൃഢഘടന സ്വീകരിച്ചാണ് സ്വന്തം കവിതയ്ക്ക് അദ്ദേഹം ഊടും പാവും ഒരുക്കിയത് എന്ന് തന്നെ പറയാം. കുഞ്ഞുണ്ണിക്കവിതകളിൽ ഏതെല്ലാം വാമൊഴി സാഹിത്യം എപ്രകാരമെല്ലാം സ്വാധീനം ചെലുത്തിയിരിക്കുന്നു എന്ന് നോക്കാം.

'ആറു മലയാളിക്കു നൂറു മലയാളം
അര മലയാളിക്കുമൊരു മലയാളം
ഒരു മലയാളിക്കും മലയാളമില്ല.' എന്ന് കുഞ്ഞുണ്ണിക്കവിത 'ആറുനാട്ടിൽ നൂറു ഭാഷ, തോട്ടം തോറും വാഴ ദേശം തോറും ഭാഷ തുടങ്ങിയ പഴഞ്ചൽ ആശയ പരിസരത്തിൽ നിന്ന് ജന്മം കൊണ്ടതാണ്.' (ഫോക്‌ലോറിന്റെ സൗന്ദര്യശാസ്ത്രം, ഡോ.സോമൻ കടലൂർ). 'പുലിക്കു വാലേയുള്ളൂ പുലിവാലില്ല' എന്ന കവിതയും പഴഞ്ചൊല്ലിന്റെ ഘടനയിൽ തന്നെയാണ് രൂപം കൊണ്ടത് എന്ന് മനസ്സിലാക്കാം. 'നാട് നാകമാക്കുന്നതേ നാടകം' എന്ന കവിതയാകട്ടെ 'തങ്കം മങ്കയെ മയക്കും' എന്ന പഴഞ്ചൊല്ലിനോടു സാമ്യത പുലർത്തുന്നു. ഇപ്രകാരമെല്ലാം പഴഞ്ചൊല്ലിന്റെ സ്വാധീനം കാണുമ്പോൾ കടങ്കഥയും കുഞ്ഞുണ്ണിക്കവിതകളിൽ സ്ഥാനം പിടിച്ചിരിക്കുന്നതായി കാണാം.

'അച്ഛനമ്മയെ പെറ്റു അമ്മയെന്നെപ്പെറ്റു
ഞാനാ ദേഷ്യം കൊണ്ടിവരിരുവരെയുമൊരുമിച്ചു പെറ്റു'
'ആകാശമിടയ്ക്ക് അലറും കടലിടയ്ക്ക് അലറാതെ കിടക്കും'
തുടങ്ങിയ കവിതകൾ കടങ്കഥയുടെ ചട്ടക്കൂടിൽ രൂപം കൊണ്ടവയാണ്.

'ആന കേറാമലേലാടുകേറും ആടുകേറാമലേലാളു കേറും...',
'ആലും ചക്കും ആരാന്റെ
എള്ളും കാളേം ആരാന്റെ...' എന്നിങ്ങനെയുള്ള കവിതകളിൽ നാടൻപാട്ടിന്റെ ആവിഷ്കരണരീതി സ്പഷ്ടമാകുന്നു.

ഇവയ്ക്ക് പുറമേ ശൈലിയുടെയും പുരാണങ്ങളുടെയും പുരാവൃത്തങ്ങളുടെയും നാടോടിക്കഥകളുടെയും എല്ലാം രൂപത്തിലും ഭാവത്തിലും കുഞ്ഞുണ്ണിക്കവിതകൾ ധാരാളം ഉണ്ട്. അങ്ങനെ നോക്കുമ്പോൾ അടിമുടി നാടോടിത്തം നിറഞ്ഞ കാവ്യലോകത്തിലാണ് കുഞ്ഞുണ്ണിയുടെ സർഗ്ഗജീവിതം എന്ന് കാണാം. പഴഞ്ചൊല്ലുകളുടെയും കടങ്കഥകളുടെയും നാടൻപാട്ടുകളുടെയും വലിയൊരു ശേഖരം തന്നെ കുഞ്ഞുണ്ണിയുടെ ശ്രമഫലമായി വെളിച്ചം കണ്ടി

ട്ടുണ്ട്. ആ നിലയ്ക്ക് ഒരു ഫോക്‌ലോർ പ്രണയിയായ പണ്ഡിതൻ കൂടിയാണ് കുഞ്ഞുണ്ണി എന്ന് നമുക്ക് മനസ്സിലാക്കാം.

സഹായക ഗ്രന്ഥങ്ങൾ

1. ഡോ. രാഘവൻ പയ്യനാട്, ഫോക്‌ലോർ,
കേരളഭാഷ ഇൻസ്റ്റിറ്റ്യൂട്ട് തിരുവനന്തപുരം
2. കുഞ്ഞുണ്ണിക്കവിതകൾ, ഡി. സി ബുക്സ്
3. ഡോ. സോമൻ കടലൂർ,
ഫോക്‌ലോറിന്റെ സൗന്ദര്യശാസ്ത്രം,
ചിന്ത പബ്ലിഷേഴ്സ് തിരുവനന്തപുരം.

○○

16

നാട്ടുവഴികളിലെ കഥാകാരി

ഡോ. അഭിന മേരി സാജു

വിശ്വാസങ്ങൾ, ആചാരാനുഷ്ഠാനങ്ങൾ, കലാരൂപങ്ങൾ, വാങ്മയങ്ങൾ എന്നു തുടങ്ങി എല്ലാ നാട്ടുവഴക്കങ്ങളുടെയും സംഘാതമാണ് നാടോടിപാരമ്പര്യം. സമൂഹമനസ്സിൽ ഇവയെല്ലാം ആഴത്തിൽ അന്തർലീനമായി ക്കിടക്കുന്നു. മനുഷ്യപ്രവർത്തിയിലും സംസാരത്തിലും പെരുമാറ്റത്തിലുമെല്ലാം ഇവയുടെ സ്വാധീനം വളരെ വ്യക്തമായി കടന്നു വരുന്നു. ഇങ്ങനെ നാടോടിപാരമ്പര്യം സമൂഹവുമായി ഇഴപിരിയാനാവാത്തവിധം ഉൾച്ചേർന്നിട്ടുണ്ട്. സമൂഹസൃഷ്ടി എന്ന നിലയിലും സാമൂഹികജീവിതാവിഷ്കാരം എന്ന നിലയിലും സാഹിത്യം സമൂഹവുമായി ബന്ധപ്പെട്ടു നിൽക്കുന്നു. അതുകൊണ്ടുതന്നെ നാടോടിപാരമ്പര്യം പ്രത്യക്ഷവും പരോക്ഷവുമായി സാഹിത്യത്തിൽ കടന്നു വരുന്നുണ്ട്. ഇത്തരത്തിൽ ശ്രദ്ധേയമാണ് ഗ്രേസിയുടെ കഥകൾ.

പ്രമേയവൈവിദ്ധ്യവും കഥപറച്ചിലിന്റെ അസാധാരണതയുംകൊണ്ട് മലയാളചെറുകഥാരംഗത്ത് സജീവസാന്നിദ്ധ്യമാണ് ഗ്രേസി. ഗ്രേസിയുടെ കഥകളിലെ അന്തർദർശനങ്ങളും അവയുടെ ഉൾക്കരുത്തും ശ്രദ്ധേയമാണ്. സ്ത്രീജീവിതത്തിന്റെ ഉള്ളകങ്ങളിലേക്ക് വെളിച്ചം വീശുന്നവയും സ്ത്രീമനസ്സിന്റെ വികാരങ്ങളും കരുത്തും അവരുടെ കഥകൾ വെളിപ്പെടുത്തുന്നു. പുരുഷനോട്ടമെത്താത്ത പെണ്ണിന്റെ ജീവിതാനുഭവങ്ങളും സദാചാരത്തിന്റെയോ വ്യവസ്ഥാപിതസംസ്കാരത്തിന്റെയോ വിലക്കുകളുടെ തട്ടിത്തെറിപ്പിക്കലും ഈ കഥകളിൽ കണ്ടെത്താം. യാതൊരു പ്രത്യയശാസ്ത്രത്തോടും സന്ധിചേരാതെ സ്വന്തവും സ്വതന്ത്രവുമായ രചനാശൈലി രൂപപ്പെടുത്തിക്കൊണ്ട് തന്റെ ഇടം സ്ഥാപിച്ചെടുക്കുവാൻ ഗ്രേസിക്ക് കഴിഞ്ഞിരിക്കുന്നു. 'പടിയിറങ്ങിപ്പോയ പാർവതി' എന്ന കഥാസമാഹാ

രത്തിന് സി. രാധാകൃഷ്ണൻ എഴുതിയ അവതാരികയിൽ ഇവരുടെ കഥപറച്ചിൽ സ്വഭാവത്തെ വളരെ വ്യക്തമായി രേഖപ്പെടുത്തുന്നുണ്ട്. 'പറച്ചിലിലെ കൂസലില്ലായ്മ ഈ കഥകളിലെ പ്രത്യേകതയാണ്. പറയാനുള്ളത് പറയുകതന്നെ വോണമല്ലോ എന്നൊരു ഭാവം. ആ ഭാവത്തിന്റെ കൂടെപ്പിറപ്പായ ആർജ്ജവം. അതിന്റെ കാതലായ നെറിവ്.' നാടോടിപാരമ്പര്യത്തിന്റെ സജീവസാന്നിദ്ധ്യം ഗ്രേസിയുടെ കഥകളിലെ പ്രധാനസവിശേഷതകളിലൊന്നാണ്. നാട്ടുവഴക്കങ്ങൾ, വിശ്വാസങ്ങൾ, പാരമ്പര്യങ്ങൾ, ആരാധനാരീതികൾ, ചികിത്സാരീതികൾ, മിത്തിക്കൽ സങ്കല്പങ്ങൾ എന്നു തുടങ്ങി നാട്ടുസംസ്കാരത്തിന്റെ വിവിധ മാനങ്ങൾ ഈ കഥകളിൽ പ്രകടമാകുന്നു.

സമൂഹത്തിൽ അന്തർലീനമായിക്കിടക്കുന്ന പുരാവൃത്തങ്ങളുടെ പുനർവായന പുതിയകാലസാഹിത്യത്തിന്റെ രീതികളിലൊന്നാണ്. നിലനിൽക്കുന്ന സങ്കല്പങ്ങളുടെ പൊളിച്ചെഴുത്തും പുനരാവിഷ്കാരവുമാണ് ഇവിടെ നടക്കുന്നത്. ഗ്രേസിയുടെ സാഹിത്യലോകത്തും ഇത്തരത്തിലുള്ള പൊളിച്ചെഴുതലുകൾ കണ്ടെത്താനാകും. മിത്തിക്കൽ സ്വഭാവമുള്ള ഇതിഹാസ-പുരാണ കഥാപാത്രങ്ങളുടെ പുനർവായനയാണ് ഗ്രേസി നടത്തുന്നത്. ചില മുൻധാരണകളോടുള്ള പ്രതിരോധവും പ്രതിഷേധവുമായി ഈ കഥകളെ വിലയിരുത്താം. മിത്തിക്കൽ കഥാപാത്രങ്ങളെ സമകാല സാമൂഹികപരിതസ്ഥിതികളുമായി ബന്ധിപ്പിച്ചുകൊണ്ട് അവയ്ക്ക് നവീനമായ ഭാഷ്യം ചമയ്ക്കുകയാണ് ഗ്രേസി. സമൂഹത്തിൽ രൂഢമൂലമായ കഥാപാത്രബോധത്തെയും അവയുടെ വ്യാഖ്യാനത്തിൽ മറഞ്ഞു കിടക്കുന്ന രാഷ്ട്രീയത്തെയും വിമർശനാത്മകമായി അവതരിപ്പിക്കുന്നിടത്താണ് ഈ കഥകളുടെ ശക്തി പ്രകടമാകുന്നത്. സ്ത്രീ കഥാപാത്രങ്ങളുടെ വ്യാഖ്യാനത്തിലാണ് ഈ രാഷ്ട്രീയം ബോധപൂർവം തന്നെ ഇടപെടുന്നത് എന്നതിനാൽ ഇത്തരം കഥാപാത്രബോധത്തിന്റെ അപനിർമ്മാണം ഏറെ പ്രസക്തമാകുന്നു.

'പാഞ്ചാലി' ഇത്തരത്തിലുള്ള ഒരു പുനർവായനയാണ്. അഞ്ചു ഭർത്താക്കന്മാരെ തുല്യതയോടെ സ്നേഹിച്ച പാഞ്ചാലി എന്ന സ്ത്രീ ബിംബം ഭാരതീയസ്ത്രീകളുടെ മാതൃകയായി പ്രതിഷ്ഠിക്കുന്നതിനു പിന്നിലെ പുരുഷതാത്പര്യങ്ങൾ വ്യക്തമാണ്. ഈ കഥ പാഞ്ചാലി എന്ന സ്ത്രീബിംബത്തിന് ഒരു പ്രതിപാഠം(അിശേഠലഃേ) സൃഷ്ടിക്കുന്നു. ഫൽഗുനൻ എന്ന ഭർത്താവ് ആദ്യരാത്രി മുതൽ അഞ്ചു ഭാവങ്ങളിൽ ഓരോ രാത്രിയും തന്റെ ഭാര്യയെ സമീ

പിക്കുന്നതാണ് ഇതിൽ കാണുന്നത്. സാത്വികനായ യുധിഷ്ഠിരന്റെ രൂപത്തിൽ ആദ്യരാത്രിയിൽ എത്തുന്ന അയാൾ ബലശാലിയായ ഭീമനായാണ് രണ്ടാമത്തെ രാത്രിയിൽ സമീപിക്കുന്നത്. സ്നേഹ നിധിയായ അർജ്ജുനനായി മൂന്നാം രാത്രിയിലും ലജ്ജാലുവായ നകുലനായി നാലാം രാത്രിയിലും തന്റെ ശരീരത്തെ മറ്റെന്തിനേക്കാളും സ്നേഹിക്കുന്ന സുന്ദരനായ സഹദേവനായി അഞ്ചാം രാത്രിയിലും അയാൾ കടന്നുചെല്ലുന്നു. പുരുഷലൈംഗികതയുടെ അഞ്ചു ഭാവങ്ങൾ ഇവിടെ പ്രകടമാകുന്നു. സ്ത്രീസ്വത്വത്തെയും അവളുടെ വികാരങ്ങളെയും മാനിക്കാത്ത പ്രണയശൂന്യമായ പുരുഷലൈംഗികതയുടെ ആധിപത്യസ്വഭാവത്തെയും സ്ത്രീ അനുഭവിക്കുന്ന ലൈംഗിക അടിമത്തത്തെയും മഹത്വവത്ക്കരിച്ച് ന്യായീകരിക്കുന്ന പൊതുബോധത്തെ എഴുത്തുകാരി ഇവിടെ വിമർശന വിധേയമാക്കുന്നു. ഏറ്റവുമൊടുവിൽ ഫൽഗുനൻ കാണുന്ന പീതാംബരപ്രഭയിൽ മുങ്ങിയ അവളുടെ മുറി ആപത്തുകാലത്തു സ്നേഹിക്കുന്ന കാമുകൻ എന്ന സങ്കല്പത്തെ ഊട്ടിയുറപ്പിക്കുന്നതാണ്. പാഞ്ചാലി കൃഷ്ണനെയാണ് യഥാർത്ഥത്തിൽ സ്നേഹിച്ചിരുന്നത് എന്ന പശ്ചാത്തലം ഈ കഥയ്ക്കായി ഗ്രേസി ഒരുക്കിയിരിക്കുന്നു എന്നതു തന്നെ പ്രതിപാഠസ്വഭാവം വ്യക്തമാക്കുന്നു.

കുന്തിയുടെ വർത്തമാനകാലരൂപമാണ് 'വേനലിൽ ഒരു പുഴമ എന്ന കഥയിലെ നായിക. 'കന്യക' എന്ന പദത്തോടും അവസ്ഥയോടുമുള്ള പുരുഷമോഹത്തിന്റെ അടങ്ങാത്ത ദാഹത്തിന്റെ സൃഷ്ടിയാണ് സമൂഹമനസ്സിൽ രൂഢമൂലമായ കുന്തി എന്ന സ്ത്രീബിംബം. ഈ ബിംബത്തെയാണ് പുതിയകാലവുമായി ബന്ധിപ്പിച്ച് കാണുന്നത്. ജീവിതവ്യഥകളും സ്നേഹരാഹിത്യങ്ങളും ശൂന്യത സൃഷ്ടിച്ച ഒരു പെൺകുട്ടി ഒരു പ്രത്യേക മാനസികാവസ്ഥയുടെ പ്രചോദനത്തിൽ അപരിചിതനായ ഒരു ബൈക്ക് യാത്രികന്റെയൊപ്പം കയറുന്നതും ഹോട്ടൽ മുറിയിൽ രമിക്കുന്നതുമാണ് പ്രമേയം. കഥയുടെ അന്ത്യത്തിൽ ആ പെൺകുട്ടി കന്യകയാണെന്നറിയുന്ന പുരുഷന്റെ സഹതാപപ്രകടനം അവളെ വിറളിപിടിപ്പിക്കുന്നു.

'ഞാനാണ് കുന്തി. എന്റെ മനസ്സിന്റെ ഇരുണ്ട മടക്കുകളിൽ അഞ്ചു മന്ത്രങ്ങൾ ഞാനൊളിപ്പിച്ചു വെച്ചിട്ടുണ്ട്. ഓരോ വേഴ്ച കഴിയുമ്പോഴും വീണ്ടും കന്യകയാകാനുള്ള മന്ത്രം.'

ഭാരതീയരിൽ ആഴത്തിൽ വേരുറപ്പിച്ച കന്യക എന്ന സ്ത്രൈണസങ്കല്പത്തിന്റെ ഉടച്ചു വാർകക്കലാണിവിടെ സംഭവിക്കുന്നത്. വ്യവസ്ഥാപിത സദാചാരബോധത്തോടുള്ള പ്രതിഷേധമായി ഈ

കഥ മാറുന്നു. സീതായനം എന്ന കഥയിലും പുരാവൃത്തപശ്ചാത്തലം കണ്ടെത്താം. സീതയുടെ പുരാവൃത്തപശ്ചാത്തലമാണ് മാനേജിംഗ് ഡയറക്ടറുടെ കിടപ്പറയിലേക്കു തുറക്കുന്ന രഹസ്യവാതിൽ ഭർത്താവ് കാണിച്ചു കൊടുക്കുമ്പോൾ അപമാനിക്കപ്പെടുന്ന ഗീതയെ അവതരിപ്പിക്കുവാനായി ഗ്രേസി തിരഞ്ഞെടുക്കുന്നത്.

നാടോടി വഴക്കങ്ങളുടെയും വിശ്വാസങ്ങളുടെയും മനോഹരമായ സന്നിവേശം ഗ്രേസിയുടെ കഥകളിലെ മറ്റൊരു ഫോക്ലോർ സാന്നിദ്ധ്യമാണ്. 'തീച്ചാമുണ്ഡി' എന്ന കഥ ഇതിന്റെ വളരെ കൃത്യമായ ആവിഷ്കാരമാണ്. കേരളീയസംസ്കൃതിയുടെ ഭാഗമായ കാവുസങ്കല്പത്തെ ഈ കഥയിൽ കാണാം. സർപ്പക്കാവ് നശിപ്പിക്കുന്നത് അപകടമാണെന്ന വിശ്വാസത്തെ ഈ കഥയിലെ പ്രധാനകഥാപാത്രമായ താരയുടെ അച്ഛന്റെ ദുരന്തത്തിലൂടെ വ്യക്തമാക്കുന്നു. ഉടലറ്റ പാമ്പിൻതല പറന്നുവന്ന് കൊത്തുമെന്ന പലയിടങ്ങളിലും നിലനിൽക്കുന്ന വിശ്വാസമാണ് ഇവിടെ അവതരിപ്പിക്കുന്നത്. ക്രിസ്ത്യാനികളുടെ വീട്ടിൽ സർപ്പക്കാവും സർപ്പബിംബവും ഉണ്ടായതെങ്ങനെയെന്ന താരയുടെ സംശയത്തിന് അപ്പാപ്പൻ നൽകുന്ന മറുപടി നാടോടിവിശ്വാസങ്ങളുമായി ബന്ധപ്പെട്ടതാണ്. അവരുടെ പൂർവികൻ ഭ്രഷ്ടനായ ഒരു നമ്പൂതിരി ആയിരുന്നുവെന്നും അയാളൊരു ക്രിസ്ത്യാനിപ്പെണ്ണിനെ കെട്ടി സർപ്പത്തെ പൂജയിരുത്തിയെന്നും അപ്പാപ്പൻ പറയുന്നു. ആ കുടുംബത്തിൽ പണ്ടു നടന്നിരുന്ന കാർന്നോന്മാർക്ക് വച്ചു സേവ, സർപ്പത്തിനു പുള്ളുവൻപാട്ട് തുടങ്ങിയ ആചാരങ്ങൾ ഇവിടെ സൂചിപ്പിക്കുന്നു. ഈ കഥയിലെ ചോരച്ചാമുണ്ഡിയെക്കുറിച്ചുള്ള പരാമർശത്തിലും നാടോടിവിശ്വാസങ്ങളുടെ സാന്നിദ്ധ്യമുണ്ട്. ചോട്ടിൽ ചോരതളംകെട്ടി നിൽക്കുന്ന കരിങ്കല്ലിൽ തീർത്ത ആ പെൺബിംബം നാടോടിവിശ്വാസങ്ങളോട് ചേർന്നു നിൽക്കുന്നതാണ്. നാഗയക്ഷി കുടികൊള്ളുന്ന അരയാഞ്ഞിലി മരവും ഇവിടെ പരാമർശിക്കപ്പെടുന്നു.

'ഇരുൾ വീഴുമ്പോൾ' എന്ന കഥയിൽ പാരമ്പര്യവിഷചികിത്സയുടെ പരാമർശമുണ്ട്. തോമാഞ്ചെറിയകൾ ഇരട്ടകളായതുകൊണ്ട് തിരുമിയാൽ ഉളുക്കു മാറുമെന്നും മന്ത്രംകൊണ്ട് വിഷമിറങ്ങുമെന്നും മറ്റുമുള്ള വിശ്വാസങ്ങൾ ഇവിടെ അവതരിപ്പുന്നു. ഇരട്ടകൾക്ക് ഈ കഴിവുണ്ടെന്ന വിശ്വാസം ഇന്നും നിലനിൽക്കുന്നതാണ്. മന്ത്രം ജപിച്ചുകൊണ്ടുള്ള അവരുടെ ചികിത്സാരീതി ഇവിടെ വിശദമാക്കുന്നു. 'രണ്ടാളും എന്റെ രണ്ടു വശത്തായിട്ടങ്ങിരിപ്പായി. പൂച്ചം പൂച്ചം എന്തോ മന്ത്രോം ജപിക്കണൊണ്ട്. കൊറേക്കഴീമ്പോ

കേറിക്കേറി വരണ കട്ടുകഴപ്പും വേദനേം അങ്ങെറങ്ങും. എറങ്ങി എറങ്ങി കടികൊണ്ട കോളുവായിലെത്തി നിക്കും. രണ്ടാളും പയ്യെ ഒറക്കത്തിലേക്കങ്ങ് മൂക്കു കുത്തും. അപ്പോണ്ട് വെഷം പിന്നേം കോളുവായീന്ന് മോളിലേക്ക് എഴഞ്ഞെഴഞ്ഞ് കകേറാന്തൊടങ്ങും. ഞാൻ വേദനയെടുത്ത് നെലോളീം തൊടങ്ങും. രണ്ടാളും കണ്ണ് വലിച്ചു തൊറന്ന് പിന്നേം പൂച്ചംപൂച്ചം തൊടങ്ങും. അങ്ങനെ ഒരുവിധം രാത്രി വെളുപ്പിച്ചെടുത്തു. പിന്നെ വെഷാരീടെയടുത്ത് കൊണ്ടോയി.'

'ഗൗളിജന്മം' എന്ന കഥയിൽ 'നീയിപ്പോൾ ചിലച്ചതെന്തിന്? മനുഷ്യർ എത്ര പുരോഗമിച്ചാലും അവർക്ക് ഗൗളിയുടെ ചിലക്കലിൽ വലിയ വിശ്വാസമാണെന്ന് നിനക്കറിഞ്ഞു കൂടെ? പ്രത്യേകിച്ച് ബുധനാഴ്ച തെക്കുപടിഞ്ഞാറിരുന്ന് ഗൗളി ചിലച്ചാൽ ബന്ധു മരണം നിശ്ചയം എന്നാണവരുടെ ശാസ്ത്രം.' എന്ന് ആൺപല്ലി പെൺപല്ലിയോട് പറയുന്നുണ്ട്. ഈ പരാമർശം സമൂഹമനസ്സിൽ ഇന്നും നിലനിൽക്കുന്ന ചില നാടൻ വിശ്വാസങ്ങളുടെ ഭാഗമാണ്. താൻ മുജ്ജന്മത്തിൽ ഒരു കഥാകൃത്തായിരുന്നുവെന്നും തന്റെ കഥകൾ മലയാളത്തിലെ ഏറ്റവും മികച്ച കഥകളാണെന്ന് അഭിമാനിച്ചിരിന്നുവെന്നും അതുകൊണ്ടാണ് ഈ ജന്മത്തിൽ താൻ മേൽക്കൂര താങ്ങുന്ന ഒരു ഗൗളിയായതെന്നും ഉള്ള ആൺപല്ലിയുടെ വാക്കുകളിൽ പുനർജന്മത്തെപ്പറ്റിയുള്ള സമൂഹത്തിലെ വിശ്വാസങ്ങൾ ഉൾച്ചേർന്നിട്ടുണ്ട്.

കേരളത്തിന്റെ ജനകീയസംസ്കാരത്തിന്റെ ഭാഗമാണ് യക്ഷി സങ്കല്പം. പുരുഷദൃഷ്ടിയിൽ അനിയന്ത്രിതമായ സ്ത്രൈണകാമത്തിന്റെ പ്രതിനിധികളാണ് യക്ഷികൾ. ഗ്രേസിയുടെ കഥകളിൽ അവിടവിടെ പരാമർശിച്ചു കാണുന്ന യക്ഷി-ഗന്ധർവ ബിംബങ്ങൾ നാടോടി പാരമ്പര്യവുമായി ചേർന്നു പോകുന്നവയാണ്. നിലനിൽക്കുന്ന പൊതുധാരണകളോട് ചേർന്നു നിൽക്കുന്ന യക്ഷി ബിംബങ്ങളാണ് ഈ കഥകളിലും കണ്ടെത്താനാവുന്നത്. 'ലൂയി രണ്ടാമന്റെ വിരുന്ന്' എന്ന കഥയിലെ പരാമർശം ഇതിന് അടിവരയിടുന്നു. 'എന്റെ അവസ്ഥയറിഞ്ഞ് സഹപ്രവർത്തകൻ ചെവിയിൽ പറഞ്ഞു. യക്ഷിയാ! സൂക്ഷിച്ചോ! ചോര കുടിക്കുന്ന ഇനമാ. ഞാൻ ചിരിച്ചു. അവൾ എന്നേം കൊണ്ട് കരിമ്പനയുടെ മുകളിലേക്കു പറക്കുന്നതും ഇറുകെ പുണർന്ന് ചുണ്ടുകളിൽ ചുംബിച്ച് ചോരയൂറ്റുന്നതും മാംസം കാർന്നു തിന്നുന്നതും എല്ലുകൾ കറുമുറെ ചവച്ചു തുപ്പുന്നതുമൊക്കെ ഓർത്തു ഞാൻ രോമാഞ്ചം കൊണ്ടു.' 'കഷ്ടു'

എന്ന കഥയിലെ പോലീസുകാരന്റെ വാക്കുകളിലും ഈ പരാമർശം കാണാം. 'പാവം കെളവൻ! നിന്നെപ്പോലൊരു യക്ഷിയെ താങ്ങാൻ മൂപ്പർക്കു പറ്റൂല! നീ ഇങ്ങോട്ടു വായോ!'

'ഇല്ലിക്കാടിനപ്പുറം പന്തലിച്ചു നിൽക്കുന്ന ഏഴിലം പാല പൂക്കുമ്പോൾ പാർക്കാൻ എത്തുന്ന യക്ഷിയോടു ചോദിക്കാൻ അവൾ കുറേ ചോദ്യങ്ങൾ കരുതിവെച്ചു ' എന്ന് 'നായയുണ്ട് സൂക്ഷിക്കുക' എന്ന കഥയിൽ പറയുമ്പോൾ പാലയിൽ വസിക്കുന്ന യക്ഷിയെപ്പറ്റിയുള്ള വിശ്വാസമാണ് കാണുന്നത്. 'തീച്ചാമുണ്ഡി'യിലും അരയാഞ്ഞിലിയിലെ നാഗയക്ഷിയെപ്പറ്റിയുള്ള പരാമർശം കാണാം.

'ദേവീ മാഹാത്മ്യം' എന്ന കഥ യക്ഷിയെപ്പറ്റിയുള്ള പുരാവൃത്ത സങ്കല്പങ്ങളോടെ ചേർന്നു നിൽക്കുന്നതും ഈ പുരാവൃത്തത്തിന്റെ വർത്തമാനകാലാവിഷ്കാരവുമാണ്. ഇതിലെ കഥാപാത്രങ്ങളായ നീലിയും ദേവിയും വിരുദ്ധ സ്ത്രീ ദർശനങ്ങളുടെ പ്രതിനിധികളാണ്. അവിവാഹിതയായി ജീവിക്കുന്ന നീലി വഞ്ചിക്കപ്പെട്ട സ്ത്രൈണത്വത്തെയാണ് പ്രതിനിധീകരിക്കുന്നത്.

'അകത്തേക്കു കടന്ന ദേവി ശരിക്കും അന്ധാളിച്ചു. കള്ളിയങ്കാട് എന്ന് ഫ്ളാറ്റിന് പേരിട്ടതും പോരാഞ്ഞ് ചട്ടിയിലൊക്കെ നിറച്ച് പനേം പിടിപ്പിച്ചിരിക്കുന്നു.'

'പനകളില്ലെങ്കിൽ യക്ഷീടെ ഗതിയെന്താവും ദേവീ? ഞാൻ മിക്ക ദിവസവും ചുണ്ണാമ്പചോദിച്ച് മയക്കി ഓരോ പുരുഷനേം ഇങ്ങോട്ട് കൂട്ടിക്കൊണ്ട് വരും. ഊഴമിട്ട് ഓരോ പനയുടെയും മുകളിലാണ് മായാമാളിക തീർക്കുക. നേരം വെളുക്കുമ്പോ പനഞ്ചോട്ടിൽ അവരുടെയൊക്കെ എല്ലും മുടീം നഖോം മാത്രം അവശേഷിക്കും....'

അവിവാഹിതയായി തനിയെ ജീവിക്കുന്ന ഒരു സ്ത്രീയെക്കുറിച്ചുള്ള സമൂഹത്തിന്റെ കാഴ്ചപ്പാടുകളോടുള്ള പ്രതികരണമാണ് ഇത്. ഈ സ്ത്രൈണസ്വത്വത്തെ നേരിടുവാൻ ദേവീമാഹാത്മ്യമേ രക്ഷയുള്ളൂ എന്ന പ്രസ്താവനയ്ക്ക് ആക്ഷേപഹാസ്യത്തിന്റെ സ്വഭാവമുണ്ട്.

കാല്പനികതയുടെ പരിവേഷമാണ് ഗന്ധർവനുള്ളത്. സ്ത്രീയുടെ ആദർശകാമുകനും സങ്കല്പപുരുഷനുമായി ഗന്ധർവൻ സമൂഹമനസ്സിൽ നിലനിൽക്കുന്നു. 'കണ്ണാടിയിൽ നിന്ന് വെട്ടിത്തിരിഞ്ഞ് അവൾ ഉന്മാദിയെപ്പോലെ പൊട്ടിച്ചിരിച്ചു. ആയിരോം രണ്ടായിരോം ഒക്കെ നിങ്ങളെടുത്തോളൂ. എനിക്ക് ഏറ്റവും സുന്ദരനായ ഗന്ധർവനെ കൂട്ടിന് തന്നാൽ മതി. അങ്ങനെയൊരു രഹസ്യത്തിന്റെ

കച്ചിത്തുരുമ്പെങ്കിലുമില്ലാതെ ഈ ജീവിതത്തിൽ എങ്ങനെയാണ് പിടിച്ചു നിൽക്കുക...?' 'നായയുണ്ട് സൂക്ഷിക്കുക' എന്ന കഥയിലെ നായികയുടെ ഈ ചിന്ത ഗന്ധർവനെപ്പറ്റിയുള്ള പൊതുധാരണകളുമായി ചേർന്നു പോകുന്നതാണ്.

നാടോടിപാരമ്പര്യം ആഖ്യാനപരമായ ഒരു സവിശേഷത കൂടിയായി ഗ്രേസിയുടെ എഴുത്തിൽ കടന്നു വരുന്നുവെന്ന് ഈ കഥകൾ വ്യക്തമാക്കുന്നു. പുരാവൃത്തങ്ങളുടെ പുനർവായനയും നാടോടിവിശ്വാസങ്ങളുടെയും ആചാരങ്ങളുടെയും ആവിഷ്കാരവും ഗ്രേസിയുടെ കഥകളെ വ്യത്യസ്തമാക്കുന്നു. സമൂഹത്തിൽ അന്തർലീനമായ ഈ ഘടകങ്ങളെല്ലാം സാമൂഹികാവിഷ്കാരം എന്ന തരത്തിൽ ഗ്രേസിയുടെ കഥകളിൽ കടന്നു വരുന്നുണ്ട്.

ΟΟ

ലേഖനരചയിതാക്കൾ

1. ഡോ. വന്ദന ബി.
അസിസ്റ്റന്റ് പ്രൊഫസർ, മലയാളവിഭാഗം,
എൻ.എസ്.എസ്. വനിതാ കോളേജ്, നീറമൺകര,
കേരള സർവ്വകലാശാല, തിരുവനന്തപുരം.

2. ഡോ. സിസ്റ്റർ. ബിൻസി സി.ജെ.
വകുപ്പു മേധാവി & അസിസ്റ്റന്റ് പ്രൊഫസർ
മലയാളവിഭാഗം, ന്യൂമാൻ കോളേജ്, തൊടുപുഴ.

3. ശ്രീക്കുട്ടി കെ.
അസിസ്റ്റന്റ് പ്രൊഫസർ (ഓൺ കോൺട്രാക്റ്റ്)
വിമല കോളേജ് (ഓട്ടോണമസ്), തൃശ്ശൂർ.

4. ഡോ. അർച്ചന എ. കെ.
അസിസ്റ്റന്റ് പ്രൊഫസർ, ഡിപ്പാർട്ട്മെൻറ് ഓഫ് മലയാളം
സി.എം.എസ്. കോളേജ് (ഓട്ടോണമസ്), കോട്ടയം.

5. സ്നേഹ ബാലൻ
ഗവേഷക, നിർമ്മല കോളേജ് മുവാറ്റുപുഴ.

6. അജീഷ തോമസ്
അസിസ്റ്റന്റ് പ്രൊഫസർ (ഓൺ കോൺട്രാക്റ്റ്)
പാവനാത്മ കോളേജ്, മുരിക്കാശ്ശേരി.

7. ഡോ. സിബി കുര്യൻ
വകുപ്പു മേധാവി, മലയാളവിഭാഗം
ദേവമാതാ കോളേജ്, കുറവിലങ്ങാട്.

8. ഡോ. രാജേഷ് പി.
അസിസ്റ്റന്റ് പ്രൊഫസർ (അഡ്ഹോക്)
സാമൂഹികശാസ്ത്ര വകുപ്പ്
ബെജ മോഡൽ കോളേജ് ഓഫ് ആർട്സ് ആൻഡ് സയൻസ്
നെട്ടണിഗെ, കാസർഗോഡ്.

9. ഹരിത കെ. പ്രസാദ്
ഗവേഷക, എസ്.എൻ.ജി.എസ്. പട്ടാമ്പി

10. വനജ കെ.വി.
ഗവേഷക, എസ്.എസ്.യു.എസ്. കാലടി.

11. വിഷ്ണുപ്രിയൻ കെ.
ഗവേഷകൻ, കേരള കലാമണ്ഡലം.

12. ഡോ. തോമസ് സ്കറിയ
അസോസിയേറ്റ് പ്രൊഫസർ
സെന്റ് തോമസ് കോളേജ്, പാലാ.

13. വിഷ്ണു പി. എസ്.
ഗവേഷകൻ, കേരള കേന്ദ്ര സർവകലാശാല, പെരിയ.

14. രഞ്ജിത്ത് വി.
ഗവേഷകൻ, മലയാളവിഭാഗം
കേരള കേന്ദ്ര സർവകലാശാല, കാസർഗോഡ്.

15. സിബി മോഹനൻ
അസിസ്റ്റന്റ് പ്രൊഫസർ(ഓൺ കോൺട്രാക്റ്റ്)
മലയാളവിഭാഗം,
ന്യൂമാൻ കോളേജ്, തൊടുപുഴ.

16. ഡോ. അഭിന മേരി സാജു
അസിസ്റ്റന്റ് പ്രൊഫസർ
മലയാളവിഭാഗം
ന്യൂമാൻ കോളേജ്, തൊടുപുഴ.

www.ingramcontent.com/pod-product-compliance
Lightning Source LLC
LaVergne TN
LVHW040755051026
849519LV00007BA/2560
* 9 7 8 9 3 9 1 0 8 5 9 5 7 *